கொண்டல்

ஷக்தி

The views and opinions expressed in this book are the author's own. The facts contained herein were reported to be true as on the date of publication by the author to the publishers of the book, and the publishers are not in any way liable for their accuracy or veracity.

கொண்டல் * நாவல் * © - ஷக்தி * முதல் பதிப்பு: டிசம்பர் 2019

Koṇṭal * Novel * © Shakthi * First Edition: December 2019 * Pages : 130 * Price: 160

ISBN : 9789388133562

Cover design: Gopu Rasuvel

Book design: Prakash Rajagopalan

Released by :

Yaavarum Publishers
214, Bhuvaneshwari Nagar, IIIrd Main Road,
Velachery, Chennai-600 042
90424 61472 / 98416 43380
editor@yaavarum.com
Url : www.yaavarum.com; www.be4books.com

All rights, including professional, amateur, motion pictures, recitation, public reading, broadcasting and the rights of translation into foreign languages are strictly reserved. No part of this book may be reproduced in whole or in part or utilized in any form or by any means electronic or mechanical, including photocopying, recording or by any information storage and retrieval system now known or hereafter invented, without the prior written permission of the author/publisher.

அ. கரீமுக்கு

இந்த வலஞ்சுழி காற்று
கரையைக் கடக்காதிருந்திருக்கலாம்

நாவல் எழுதுவதென்பது அதுவும் குறுகிய காலத்தில் எழுதுவதென்பது மிகவும் சிரமமான விஷயமாக இருந்தது. ஆனால், அதில் முற்றிலும் வேறுவகையிலான பிரச்சினை ஒன்று வந்தது. எப்படி எழுதிப்பார்த்தாலும் கவிதைகளின் மொழிநடையை ஒத்திருந்தது. எழுதுவது, நாம் கடந்த ஒரு நிகழ்வை, ஒரு காலக்கட்டத்தின் பதிவை எனும்பொழுது இன்னும் அச்சமாக இருந்தது. அதை மிகுந்த நேரமெடுத்து மாற்ற வேண்டி இருந்தது. இதில் அச்சுறுத்தல்கள் வேறு இருந்தது.

ஒரு கடந்தோடிய புயலை அறிந்திராத, செவிவழியாக மட்டும் கேட்டிருக்கும் அதன் தாண்டவங்களை, அது விட்டுச் சென்ற பேரழிவை எல்லாம் இழந்து நிற்பவனின் அழுகையை, மனக் கொந்தளிப்பை, தவிப்பை, அருகில் இருந்தும் அனுபவித்தும் இருக்கிறேன் நான். காலமும் வரலாறும் இங்கு ஒவ்வொருவருக்கும் அவரது சுயம் சார்ந்து கட்டமைக்கப்படுவதாக நினைத்துக் கொள்ளப்படுகிறது.

ஆனால் உண்மையும் யதார்த்தமும் வேறு.

எப்படிப் பார்த்தாலும் இந்த தேசம் தனது முதுகெலும்பான கிராமங்களைப் பற்றி ஒருபோதும் கவலை கொள்வதில்லை. புறக்கணித்திருக்கிறது. இன்னமும் சாதியத்தின் பெயரால் எதுவும் அறியாத மக்களை துன்புறுத்துகிறது. அதைத் துயருக்குள் மட்டுமே நிறுத்த விழைகிறது. அதன் வளங்களைத் திருடுகிறது. அந்த முதுகெலும்பு தளர்ந்து நிற்கையில் கிராமங்கள் மீதும் அதனைக் கட்டமைத்து நமக்கு உணவளிக்கும் அந்த எளிய மக்களின் மீதும் வன்மத்தை நிகழ்த்தியும் பார்க்கிறது.

ஆனால் இந்த இடர்களை ஓர் அரசு இயந்திரத்தின் பிரதிநிதி, தன் நிலத்தின் மக்களின் மீது அடக்குமுறையை ஏவும் கணங்கள் நமக்கு இன்றும் நிகழ்ந்து கொண்டே தான் இருக்கின்றன. அதில் ஒரு துளிதான் இந்தக் களம்.

நான் பேசுவதைவிட இந்தப் பக்கங்கள் பேசட்டும். வாய்ப்பிருந்தால் அவர்களுக்காக ஒருமுறை வேண்டிக் கொள்ளுங்கள்.

ஷக்தி
திருத்துறைப்பூண்டி
2019.

ஷக்தி - சொந்த ஊர் திருவாரூர் மாவட்டத்தைச் சேர்ந்த திருத்துறைப்பூண்டியைச் சேர்ந்தவர். மருத்துவத்துறையில் பணியாற்றி வரும் ஷக்தி ஒரு புற்றுநோய் கதிரியக்க சிகிச்சையாளர். துறை சார்ந்த கவிதைகள் வாயிலாக அறியப்பட்டவர். இரண்டுகவிதைத்தொகுப்புகள் (மரநாய், அபோர்ஷனில் நழுவும் காரிகை) இதுவரை வெளிவந்துள்ளன.

தொடர்புக்கு- shakthipoet@gmail.com

நன்றி

கிருஷ்ணா ஷக்தி
ஜீவ கரிகாலன்
கவிதைக்காரன் இளங்கோ
நரன்
வேல் கண்ணன்
வெய்யில்
யூமா வாசுகி
அ.மார்க்ஸ்
கோபு ராசுவேல் & பிரகாஷ்
தமிழக காவல்துறை
திருவாரூர் மருத்துவக் கல்லூரி
நிவாரணத்துக்கு நீண்ட கரங்கள்
பயணிக்க உதவிய என் மாருதி ஸ்விஃப்ட்
சர்க்கரை பீர் ஒளியுல்லா தர்கா

ஏழைகளின் விம்மல் கவனிக்கப்படுவதில்லை. சர்வாதிகாரத்தின் ஒவ்வொரு மட்டத்திலுமுள்ள சந்துக்களாலும் அவர்கள் வதைக்கப்படுகிறார்கள்.

- ஆலிவர் கோல்ட் ஸ்மித்

1

வெகு நேரமாக ஈசானி மூலை கருத்துக் கிடக்கிறது.

பெரும் சீரழிவுக்கு உள்ளாகப்போகும் இந்த நிலத்தைப் பற்றிய அறிகுறிகள் ஏதுமற்று இந்த கிராமம் இயல்பாக இயங்கிக் கொண்டிருக்கிறது. நகர நாகரிகங்களுக்குத் துளியும் தொடர்பற்ற ஒரு சராசரி மனிதனாக, அதுவரை நான் இந்த உலகோடு எவ்வித இணைப்பிலும் இல்லாத சௌகரியத்தில் லயித்துக்கொண்டிருந்தேன்.

*

என்னமோ தெரியவில்லை. இந்த தேசத்தின் ஆன்மா நான் வாழும் கிராமங்களில் தான் சுதந்திரமாக உலாவுகிறது என்பதை நானும் நீங்களும் சொல்லி பார்ப்பதற்கும், அவ்வப்போது போராளியாக தரித்துக்கொள்ளும் முகமூடிக்கு வேண்டுமானால் பொருத்தமாக இருக்கலாம். ஆனால் இன்னும் எதிர்கொள்ள முடியாத வன்முறைகளும் அடக்குமுறைகளும் கிராமங்களின் மீது நிகழ்ந்து கொண்டுதான் இருக்கின்றன. அதன் பிடரியை கவ்விப் பிடித்தபடி நிறைய வேட்டைகள் நிகழ்ந்து கொண்டுதான் இருக்கின்றன.

என் கிராமம் தலைகாட்டின் கோட்டகம். எல்லா வகையான அடக்கு முறைகளுக்குள்ளும் புரளும் கிராமம். தரணிக்கே படியளக்கும் என்று சொல்லப்பட்ட இந்த கீழ தஞ்சையின் ஒரு கடைக்கோடி கிராமம். இடதுசாரி

சித்தாந்தங்கள் பரவிக்கிடக்கும் இந்த மண்ணின் காவிரிப்படுகையில் பரந்து கிடக்கிறது தலைக்காடு.

இங்கிருக்கும் அரசியலுக்குள் பல்வேறு கோரமான சாதியக் கரங்கள் இருக்கும். அதை நீங்கள் உணர்ந்திருக்க வாய்ப்புகள் வாய்த்ததா இல்லையா என எனக்குத் தெரியாது. அக்கரங்கள் நீள்வதற்கான சாத்தியங்களே அதிகம் இருக்கின்றன.

அருவருப்பான சாதிய அரசியல் பழிவாங்கலில் நாங்கள் இன்னும் தொடர்ந்து வேட்டையாடப்படுவதை நீங்கள் என்னவென்று சொல்வீர்கள்...? தென்பரையில் தொடங்கி வெண்மணி வரையிலான காலகட்டங்கள் வரைதான் இப்படி நிகழ்ந்ததாக நீங்கள் நம்பிக்கொண்டிருந்தால், அது தவறு. இன்னும் கூட எஞ்சியிருக்கிறது.

அவர்களுக்கு தீர்க்கப்படாத, ஏற்றுகொள்ள முடியாத இன்னும் நிறைவேற்றக் காத்திருக்கும் தப்பாட்டங்கள் நிறைய இருக்கின்றன. அந்த அரசியல் அதிகாரத்தின் ஆசைக்கும், பதவியின் வழியே கிடைத்திருக்கும் இந்த நிலையைத் தக்க வைக்க, பெருகிக் கிடக்கும் அளவில்லா நிலபுலன்களை பத்திரப்படுத்திகொள்ள, சாதிய சுயலாபங்களுக்காக தன்னை முன்நிறுத்திக்கொள்ள, ஏதோ ஒன்று அவர்களை அப்படியே வைத்திருக்கிறது.

இரண்டு தலைமுறைகளுக்கு முன் சுதந்திரம் அடைந்து விட்டதாக நம்பப்பட்ட சந்ததிகளும் நானும், சுதந்திரம் அடைந்துவிட்டதாக இப்போதும் நம்புகின்ற அசல் கிராமம்.

நான் அந்த கிராமத்தின் ஓர் அங்கம், இங்கிருந்து புரட்டிப் பார்த்து பெருமிதம்கொள்ள எதுவும் இல்லை. மாறாக வழி நெடுக அச்சங்களே விதைத்து கிடக்கின்றன.

சந்தர்ப்பங்களுக்காகக் காத்திருப்பது வேட்டைக்காரனின் குரூரம் மட்டுமல்ல, துப்பாக்கியின் விசையும் கூட.

மழை வரும் எனக் காத்து கிடக்கிற மண்ணாக மாறிவிட்டது இந்த நிலப்பரப்பு. போகத்திற்கு இப்பொழுதெல்லாம் காவிரி சரியான நேரத்தில் வருவதில்லை. கர்நாடகத்தின் அணைகள் நிரம்பிய பிறகு, மேற்கொண்டு தேக்க இயலாத நீரைத் திறந்து விடுகிறார்கள். இவர்கள் அதை கடலுக்கு அனுப்புகிறார்கள். நடுவில் கடைமடை என்ற ஒன்று இருக்கிறது.

கடைமடைகள் காய்ந்து விட்டன. உப்பளங்களாக, இறால் பண்டுகளாக, பெட்ரோலியம் எடுக்க, மீத்தேன் வாயுக்கள் எடுக்க என கடைமடையின் பயன்பாடுகள் வேறுவிதமாக அதிகரித்துவிட்டது.

கடைமடைக்கு தண்ணீர் கொடுத்தால் என்ன செய்வீர்கள்? மிஞ்சிப்போனால் இரண்டு போகம் விவசாயம் செய்வீர்கள். நிறுத்திவிட்டால்? தொண்டையை செருமிக்கொண்டு போய் விடுவீர்கள்.

தலைக்காட்டில் இருக்கும் எல்லோருக்கும் குறைந்தபட்சம் ஒரு மாற்றுத்தொழில் தெரியும். விவசாயம் தவிர, கடலோடவும் அளங்களில் உப்பு அள்ளவும் பண்டுகளில் தோல் எரிய தீவன அமில நீரில் இறால் அரிக்கவும் என ஏதோ ஒரு தொழிலுக்கு தங்களை சட்டென மாற்றிக்கொள்வார்கள். ஆண்டைகள் இன்னமும் பிடித்து வைத்திருக்கின்ற எந்தத் தொழிலையும் நாங்கள் நம்புவதில்லை.

அதுதான் எங்களின் பலம்.

ஆனால், ஒருகாலத்தில் தலைக்காட்டில் பிரதானமாயிருந்தது விவசாயம் மட்டும்தான். அப்பகுதிகளில் எண்பதுகளில் நிகழ்ந்த எண்ணெய் வளம் குறித்த ஆய்வுக்குப் பிறகுதான் இந்த டெல்டா நீரின்றி போனது.

தலைக்காட்டுக்கு நடுவே அகன்று ஓடுகிறது அரசலாறு. அதற்கு தெற்குக் கரையில் தலைக்காடு பேரூராட்சி, இரண்டு மாவட்டங்களுக்கு முக்கியமான ஊர். இதைக் கடக்காமல் திருவாரூர் மாவட்டத்திற்குள் போக இயலாது.

வடக்கில்தான் கோட்டகம் விரிந்து கிடக்கிறது. தாழ்த்தப் பட்டவர்கள் வசிக்கும் இந்த நிலப்பரப்பை அடைய அரசலாற்றின் கரையிலிருந்து ஒரு கிலோமீட்டர் தூரம் வடக்குப்பக்கம் நடக்க வேண்டும்.

கிழக்கில் அரசலாறு போகப்போக ஒரு பெரிய ஏரியாக விரியும். அங்குதான் கீழ்கட்டளைத் தெரு இருக்கிறது. மழைக்காலங்களில் அந்தத் தெருவிற்கு படகில்தான் போய்வர முடியும். எதற்கு சிரமம் என்று அரசே ஒரு படகை மட்டும் நிரந்தரமாக விட்டு வைத்திருக்கிறது.

வெண்ணிற மணலோடு விரிந்து படர்ந்திருக்கும் முகத்துவாரப் பகுதியும் அங்கு பூக்குழி கிராமமும் இருக்கிறது. அது அந்த மாவட்டத்தின் கடைசி கிராமம். அதன் பின் கடல். வங்கக் கடல்.

மேற்கில் காவிரியின் டெல்டா பாசன பகுதி. கிழக்கு கடற்கரை சாலைக்கும் கடற்பரப்புக்கும் இடையில் இருக்கின்றன விவசாய நிலங்கள். இந்நிலங்கள் பிற்படுத்தப்பட்ட வகுப்பினர்களுக்கானது. ஆளுங்கட்சியினரின் செல்வாக்கு மிக்க பகுதி.

* * *

ஷக்தி 13

2

இந்த கோடைக்கால மழையை கணிப்பது அவ்வளவு சுலபம் இல்லை. அம்மழை வரும்பொழுது பார்த்திருக்கிறேன். அதற்கு இந்த மக்கள் யாரும் அஞ்சுவதில்லை, காத்திருப்பது மில்லை, கொண்டாடுவதுமில்லை. மழைக்காலத்தில் ஆறு நிரம்பிவிட்டால் மட்டும் வரும் பிரச்சனைகளை நான் நினைவு கூர்கிறேன். அனுபவித்தும் இருக்கிறேன்.

லேசான தூறலுடன் நின்று விடலாம், சமயத்தில் இடியுடன் வலுக்கவும் செய்யலாம். ஆனால் இந்த கோடை மழை வலுத்தாலும் பிரச்சனைகள் இல்லை. எனக்கு இரண்டுமே பிடித்தமானது. மழை மீதான என் கணிப்புகள் ஒருபோதும் தவறியதும் இல்லை.

ஆனால் இன்று அப்படி இருக்கக்கூடாதென பிரார்த்திக்கிறேன். துயரேறிய ஒரு நாளில் அல்லது கணத்தில் வரும் மழை, அந்த நாளை எவ்வளவு அருவெறுப்பானதாக்குகிறது?

இத்தூறலைத் தாண்டி மேலும் மழை வலுக்கக்கூடாது, கிட்டத்தட்ட என் மனநிலையிலேயே எல்லோரும் இருக்கிறார்கள்.

என்னை அவர்கள் அவசரமாக கூட்டிப் போகிறார்கள். அவர்கள் பின்னால் சென்றேன். போலீஸ் வண்டியில் ஏற்றினார்கள். ஏன் என்னை கூட்டிப் போக வேண்டும் என்பதைப் புரியாமலிருந்தேன்.

அவர்கள் காரணம் எதுவும் சொல்லவில்லை. நான் மீண்டும் மீண்டும் கேட்டேன், பலனில்லை. போலீஸின் அன்புக்கு ஒரு பிரத்யேக போலித்தனம் உண்டு என நன்றாக தெரியும். அந்த பாவனைகளில் ஒரு நம்பகமான நடிப்புத்தன்மை புலப்பட்டது. அதனால் சத்தமாக எதுவும் கேட்க முடியவில்லை. என்னால் ஒரு காரியம் ஆக வேண்டும் என்றார்கள்.

என்னை ஏற்றிக்கொண்ட அந்த வாகனம் தலைக்காட்டில் இருந்து கிளம்பி கிழக்காக போனது. எனக்கு திக்கென்று இருந்தது.

வாகனம், தலைகாட்டில் இருந்து இறால் பண்ணைகளுக்குப் பிரியும் புதுப்பாலம் அருகில் நின்றது. புதுப்பாலம் கடந்தால் வெறும் இறால் பண்ணைகள்தான். அங்கிருந்து கீழ்கட்டளை வரையில் மனித நடமாட்டம் என்பதே இருக்காது. இன்றுதான் வாழ்வில் நான் மிக பயந்த நாள். என்னை வண்டியிலிருந்து இறக்கினார்கள். பாலத்தில் இருந்து நடத்தியே கூட்டிச் சென்றார்கள். நான் எதுவும் பேசாமல் கூடவே சென்றேன்.

அந்த சாலைத் திருப்பத்தில் ஒரு கூட்டம் நின்றிருந்தது. என்னை அங்கு கூட்டிப் போனார்கள். கூட்டம் நின்றிருந்த வலது பக்கம் ஆற்றின் இறக்கத்தில் வெள்ளைத் துணி போர்த்திய ஒரு சடலம் இருந்தது.

புரிந்து கொண்டேன். அடையாளம் காட்ட என்னைக் கூட்டி வந்திருக்கிறார்கள். அது யாராயிருக்கும் என்ற யூகமும் பயமும் என் உடலின் நடுக்கத்தை கூட்டியது. என்னுடைய ஞாபகங்கள் என் அண்ணனின் மீது அலைந்தது.

அவராயிருக்கக் கூடாது. மனம் அடித்துக்கொண்டது.

அவருடைய அலைபேசிஎண்ணை அழைத்தேன். அணைத்திருந்தது.

அடுத்து என்ன நடக்கப் போகிறது என்ற அச்சம் மேலும் கூடியிருந்தது. என் வயிற்றுக்குள் ஏதோ இனம் புரியாத வலி இருப்பதை போன்ற உணர்வு. அவர்கள் திறக்கப் போகும் அந்த முகத்தின் மீது பார்வை வெறித்திருந்தது. நான் அண்ணனை மட்டும்தான் யோசித்தேன். யோசிக்க யோசிக்க எனக்கு அது அச்சமாக இருந்தது.

அவர்கள் என்னையே கவனித்துக் கொண்டிருந்தார்கள். காற்று வேகமாக வீச ஆரம்பித்தது. எனக்கு உடல் நடுங்கியது.

யாராயிருந்தாலும் இறந்து கிடப்பவன் ஒரு உயிர்தானில்லையா?

ஒரு போலீஸ்காரன் மட்டும் போய் தன் லத்தியால் முகத்தின் மேல் இருந்த துணியை அகற்றினான். தலை இரண்டாகப் பிளந்து கிடந்தது. ரத்தமும் எலும்புகளும் திறந்திருந்த பெரிய விழிகளையும் தவிர அங்கே முகம் என்று ஒன்று இல்லை. நான் ஓடிப்போய் துணியை விலக்கி உடலின் இடது கையைப் பார்த்தேன். என் யூகம் சரியாகத்தான் இருந்தது. அது அண்ணன் தான்.

"காளியண்ணே...!"

அந்தப் பொட்டல் அதிரும்படி கத்தினேன். பற்களைக் கடித்து ஆத்திரம் முட்டக் கத்தினேன்.

அவரை நினைத்துப் பார்த்தேன். இன்னும் இன்னும் ஆத்திரம் கூடியது. மண்ணை வாரி இறைத்தேன். இரண்டு போலீஸ்காரர்கள் என்னை இழுத்துப் பிடித்துக் கொண்டார்கள். உதறிவிட்டு ஓடினேன். நான்கைந்து பேராக சேர்ந்து கொண்டார்கள். என்னை இறுக்கிப் பிடித்துக் கொண்டார்கள்.

மழை மெல்ல தூறத் தொடங்கியது. லேசான சாரல் காற்றாக வீசியது. குறைந்தபட்சம் காளியண்ணனை எடுக்கும் வரையில் மேகங்கள் பொறுத்திருந்தால் நல்லாயிருக்கும்.

போர்த்தியிருந்த வெள்ளை நிற வேட்டி முழுவதும் ரத்தத்தில் நனைந்து அதன்மீது ஈக்கள் அப்பியிருந்தன. இறால் பண்டின் கூட்டம் முழுவதும் அங்கே கூடியிருந்தது.

இந்தக் குறுகிய வாழ்வில் அவ்வளவு தீவிரமாக இந்த நிலத்தின் மீதிருந்த அன்பிலும் மக்களின் மீதான காதலிலும் வாழ்வில் எல்லா சுகதுக்கங்களையும் புறக்கணித்து ஆபத்தின் விளிம்புகளில் மட்டுமே எப்போதும் பயணித்தே பழகியவனின் வாழ்வு, வரலாற்றில் வழக்கமாய் எப்படி முடியுமோ அப்படியே முடிந்தும் போயிற்று.

பிரார்த்தனைகளுக்கு வலுவில்லை. காற்று நன்றாக குளிர்ந்து வீசியது. நான் மயங்கிக் கொண்டிருந்தேன். கடைசியாக என் கடைவாயின் இடுக்கில் யாரோ தண்ணீர் ஊற்றிக்கொண்டிருந்ததாக ஞாபகம்.

மழை சப்தமாகப் பெய்கிறது. நல்ல காற்று. கோடை மழை பரிச்சயம் என்றால் இந்த வாதையை உங்களால் எளிதாக உணர முடியும். நான் விழித்துப் பார்த்தேன். எனக்கு மேல் தகரங்கள் மூடிய கூரை இருந்தது. ஓர் இறால் பண்டின் கொட்டகையில் என்னைக் கிடத்தி இருந்தார்கள். என்னைப் பார்த்துக்கொள்ள ஒருவன் இருந்தான்.

நான் மெல்ல எழுந்தேன். சாலையில் இன்னும் போலீஸ் வாகனங்கள் நின்றிருந்தன. நான் அங்கிருந்து காளியண்ணன் உடல் கிடந்த இடத்தை நோக்கி கிளம்பினேன்.

"அன்னையா வெள்ள ஒத்து" என்று அவன் சொன்னான்.

ஆனால், அந்த இடம் நோக்கி ஓடினேன்.

மழைத் தண்ணீர் காளியண்ணனின் சிதைந்த தலையின் வழியாக கடந்து சிகப்பு வண்ணத்தில் தரையில் வழிந்து ஓடுகிறது. மண் மெல்ல தன் நிறத்தை இழந்து சிகப்பு வண்ணத்திற்கு மாறுவதைப் பார்த்தேன். எதுவுமே அவர் உடலில் உருவாய் இல்லை. எந்த அளவுக்கு ஒருவனை வெட்டிச் சிதைக்க முடியுமோ அந்த அளவுக்கு வெட்டிச் சிதைத்து வைத்திருந்தார்கள்.

கன்னத்தைப் பிளந்து கழுத்து எலும்பு வரை தெரியுமளவுக்கு வெட்டி இருந்தார்கள். கண்களில் மண்ணை நிரப்பி விட்டிருந்தார்கள். வலது கையைக் காணவில்லை. ஆற்றில் வீசி இருக்கலாம் எனப் பேசிக் கொள்கிறார்கள்.

"நீ யாரு இவனுக்கு?"

ஓர் அதிகாரி என்னைக் கேட்டார்.

"தம்பிங்க"

அவர் என்னைப் பார்த்தார்.

"எதை வச்சு அடையாளம் சொன்ன?"

ஒரு செய்தி பரவ அதிக நேரம் எடுத்துக் கொள்வதில்லை. அது, அந்த மதியப் பொழுதில் எல்லோருக்கும் பரவிவிட்டிருந்தது. அருகில் இருந்த ஆலமரத்தின் கீழ் பெரும் கூட்டம் ஒன்று கூடி இருந்தது.

பகை முற்றுபெறும் இடம் படுகொலையாகவே இருக்கும் எனில்? இங்கு மிஞ்ச மனிதர்கள் யாரும் இருக்க மாட்டார்கள்.

இது ஒரு கொலைதான். யார் செய்தார்கள் எனத் தெரியவில்லை. தானாக வெட்டிக் கொண்டா இப்படிச் சாக முடியும்? காளியண்ணன், பெரியப்பாவுக்கு ஒரே மகன். அவருக்கு துணையென்று இனி யார் இருக்க முடியும்? ஏற்கனவே மனைவியைப் பறிகொடுத்துவிட்ட அவருக்கு மிச்சம் இருப்பது ஒரு மகள் மட்டும்தான்.

நான் தகப்பனை இழந்தவன். சிறுவயது முதலே காளியண்ணனுடன் இருந்து வளர்ந்த என்னுடைய நாட்களே அவரது நேர்மைக்கு சாட்சி.

நான் என்னைக் கூடச் சந்தேகிப்பேன். ஆனால் காளியண்ணனின் அன்பையும், நேர்மையையும் ஒருபோதும் மறக்கவே இயலாது. அவர் இல்லாது எப்படி இருக்க முடியும் எனத் தெரியவில்லை. அவரது இந்த நிலை எனக்கு பெரும் ஆத்திரத்தைக் கிளப்புகிறது.

'உனக்கு ஒரு காப்பாளன் இருந்தான் இனி இல்லை சமாதானப் படுத்திக்கொள்' என்கிறதா இந்த வாழ்வு? எல்லாவற்றுக்கும் மேலாக காளியண்ணன் பிடிவாதமான நேர்மைக்காரன். அவருடைய கால்களை இழுத்து மடிமீது போட்டுக்கொண்டு அழுதேன். மழை என்னோடு சேர்ந்து இன்னும் கூடுதலாக அழுதது.

வலது காலில் மட்டும் நான்கு இடங்களில் ஆழமாக வெட்டி இருந்தார்கள். ஒரு பக்கமாக பாதி உடல் நழுவியது. ஒரு நாயகனின் பிம்பத்தை இப்படி உடைத்துக் கிடத்தியிருப்பதை என்னால் ஏற்றுக்கொள்ளவே முடியவில்லை.

கொன்றவன் அந்தக் கூட்டத்திலேயே இருக்கலாம் எனத் தோன்றியது. மோசமான வார்த்தைகள் கொண்டு திட்டினேன். தகாத வார்த்தைகளில் அவனை அழைத்தேன். அந்தக் கூட்டம் மழையில் காளியண்ணனுக்காக எங்கேயும் நகராது நின்றது.

இந்த விபரங்கள் சரியாகப் புரிந்தும் புரியாத இந்த வயதில், ஏற்க முடியாத கோபங்களை அழுகை வழியாக வெளித்தள்ளுகிறது. என்னை ஒவ்வொருவராக வந்து இழுத்துக்கொண்டு இருந்தார்கள்.

நான் விலகவேயில்லை. என்னால் முடியாது.

"போலீஸ் கேசு டா" என எச்சரித்தார்கள்.

இனி எப்பொழுது அண்ணனைக் கட்டி அழுவேன்? நான் அழுவேன். என் உரத்த அழுகைக்கு என் ஆத்திரமும் இயலாமையும் ஒரு காரணமாயிருக்கலாம். அவர்களும் என்னை அணைத்துக்கொண்டு அழுதார்கள். காளியண்ணனின் உடல் அருகில் வரவே பயம் எல்லோருக்கும்.

நாளைக்கு எனக்கென்றாலும் இதுதானே நிகழும்?

என் கைகள் மரத்துப் போயிருந்தன. வாயிலிருந்து கோழை வழிந்தது. நான் என்ன செய்வேன்! அந்த வலியைச் சுமக்க இதயம் திணறியது. இந்த மரணம் வாழ்தலின் மீதிருந்த நம்பிக்கையைத் துடைத்து அழித்துவிட்டிருந்தது.

ஊர் ஜமாத்தின் அவசர ஊர்தி வந்து சேர்ந்தது. வெண்ணிற யூரியா சாக்கை கீழே விரித்து அதன் மீது காளியண்ணனின் உடலைக் கிடத்தி ஏற்றிக்கொண்டார்கள். மயக்கத்திலிருந்து விழித்த பெரியப்பாவுக்கு வெட்டு வந்துவிட்டது. அவரை ஒருபுறம் தூக்கிக்கொண்டு ஓடினார்கள்.

பிரேத பரிசோதனைக்கு கிளம்பிய அந்த வண்டியில் காளியண்ணனின் உடல் பக்கத்தில் நான் உட்கார்ந்து கொண்டேன். கூடவே வேதையன் மாமாவும் ஏறிக்கொண்டார்.

காளியண்ணன் தலையை நேரே வைக்க வைக்க வலப்பக்கமாக துவண்டு விழுந்தபடியே இருந்தது. கூளமாக சிதைந்துக் கிடந்த அண்ணனின் தலை என் நினைவை விட்டு ஆயுளுக்கும் அகலாது. மனிதன் இறந்த பிறகு அவன் மீது வரும் அந்த அச்சத்தை உணர்ந்தேன்.

வண்டி, மெல்ல ஆற்றங்கரை சாலையைக் கடந்து வேதாரண்யம் சாலைக்குப் பயணமானது. காளியண்ணனுக்கு பெண் பார்த்திருந்த கீழ்கட்டளைத் தெருவைக் கடக்கும்போது இன்னும் துக்கம் கூடிக்கொண்டது எனக்கு. முன்பு ஒருமுறை அந்தச் சாலையை கடக்கும்பொழுது அண்ணனின் முகம் சட்டென மென்மையான புன்னகைக்கு மாறுவதைப் பார்த்திருக்கிறேன்.

அந்த நொடி பெருங்குரலெடுத்து அழுதேன். அது குற்றத்தின் வலி.

வண்டியை ஓரமாக நிறுத்திவிட்டு பின்பக்கமாக ஓடி வந்தான் டிரைவர் நைனா. பக்கத்தில் இருந்த வேதையன் மாமா என் கழுத்தை வளைத்து தன் மடியில் என்னை புதைத்துக்கொண்டு அழுதார்.

நைனா பின்புறக் கதவை திறந்தான். வெள்ளை நிற யூரியா சாக்கின் வழியாக கட்டியான ரத்தம் மெல்ல ஊர்ந்து கீழே சொட்டப் போனதை கைகளால் பிடித்துக் கொண்டேன். கைகளெல்லாம் கருஞ்சிகப்பு. நைனாவிடம் விரல்களை விரித்துக் காண்பித்தேன்.

அவன் கண்களிலும் நீர் கோர்த்தது.

* * *

3

சைரன் சப்தம் அணைக்கப்படவில்லை.

இருசக்கர வாகனத்தில் பின்தொடர்ந்து வந்த இரண்டு போலீஸ்காரர்கள் அருகில் வந்து சேர்ந்தார்கள்.

"போய் பெரியாஸ்பத்திரில அழலாம் கிளம்பு"

பின்னாலிருந்து இறங்கியவனுக்கு என் மேல் என்னமோ அவ்வளவு கோபம். நான் என்ன செய்தேன் என எனக்குத் தெரியவில்லை.

காலையில் என்னை அவன் முறைத்தது அச்சமளித்தது. நான் அழுகையை நிறுத்திவிட்டிருந்தேன். அந்த போலீஸ்காரன் வண்டியின் முன்பக்கத்தில் ஏறிக் கொண்டான்.

"ஏன்டா பொணத்த வச்சிக்கிட்டு மறுபடியும் மறியலுக்கு எதுவும் யோசனையா?"

எனக்கு அந்த வார்த்தைக்கான அர்த்தம் சட்டென்று புரியவில்லை. நான் உணர்வற்று இருந்தேன். இல்லையென்றால் அவனிடம் தர்க்கம் செய்யவும் கேட்கவும் நிறைய இருக்கிறது. நைனா வாகனத்தை மெல்ல நகர்த்தி எச்சரிக்கை சப்தத்தை ஒலிக்கச் செய்தபடி வேகமெடுத்தான்.

"நான் உள்ளதான் இருக்கேன். கொஞ்சம் அடக்கி வாசிக்கணும் தம்பி. காளிக்கு சம்பந்தம் பண்ண வீட்ட தாண்டுறப்ப தம்பி அழுதுட்டான் வேறெதுவுமுல்ல.

காலைலருந்து நடந்த மறியல் போதல திருப்பியும் சாலை மறியல் பண்ணிதான் எடுக்கணும்னா சொல்லுங்க உங்க வேலை போறவரைக்கும் கூட செஞ்சுபுடுவோம்”

வேதையன் மாமா கடினமான குரலிலேயே அவனுக்கு பதில் சொல்லிக் கொண்டிருந்தார். போலீஸ்காரனுக்கு பதற்றம் அதிகமானது. எனக்கு உடல் முதன்முதலில் குளிரில் நடுங்குகிறது.

பின்னாலேயே போலீஸ் வாகனங்கள் பின்தொடர்ந்தன.

எதிரில் ஊரை நோக்கி காவல்துறையின் கனரக வாகனங்கள் நூற்றுக்கணக்கான போலீஸ்காரர்களோடு ஊரை நோக்கிப் போய்க்கொண்டு இருந்ததைப் பார்த்தேன். அங்கு பிரச்சனை செய்ய யாரும் இல்லை. எதற்கு இவ்வளவு போலீஸ்காரர்கள் எனவும் தெரியவில்லை.

அரைமணி நேரப் பயணத்தில் மருத்துவமனை வந்துவிட்டிருந்தது.

மருத்துவமனை வளாகம் கூட்டத்தால் நிரம்பிக் கிடந்தது. அதில், தலைக்காடும் கோட்டகமும் பாதி இங்குதான் நின்றது. வண்டி உள்ளே போவதற்கு சிரமமாக இருந்தது. நீண்டிருந்த கட்டிடங்களில் கடைசி கட்டிடத்தில் பிரேத பரிசோதனைக் கூடம் இருந்தது. சற்று முன்தான் ஒரு பிரேத பரிசோதனை முடிந்திருக்கும் போல. உள்ளேயிருந்து தண்ணீர் ஊற்றி அலசி விட்டிருந்தார்கள்.

தண்ணீர் அந்த அறையிலிருந்து வழிந்து வாசலில் தேங்கி கிடந்தது.

கருப்பான குண்டான மனிதன் ஒருவன் வந்து எங்களின் வண்டியைப் பார்த்தான்.

“தலக்காடு வக்கீலு மர்டர் தான ?”

அவனுக்கு இது அன்றாட நிகழ்வு. சாதாரணமாகக் கேட்டான். சிலர் அவனிடம் என்னவோ கேட்டார்கள். அவன் எந்த பதிலும் தரவில்லை.

“இன்னைக்கு வாய்ப்பில்லங்க”

பலமுறை பிடிவாதமாக அதையே திரும்பத் திரும்ப சொன்னான். காளியண்ணனின் உடலை உள்ளே எடுத்துச் சென்றார்கள். அமைச்சர் சொன்னால் இன்றைக்கு செய்யக்கூடும் என்றார்கள். ‘யாரிடம் என்ன சொல்ல வேண்டுமோ நான் சொல்லி விட்டேன்’ என அமைச்சர் சொல்லியிருந்தும் எதுவும் நடக்கவில்லை.

“சொல்ல வேண்டியவங்ககிட்ட சொல்லி இன்னைக்கு போஸ்ட்மார்ட்டம் பண்ணாத, அவனுங்க நிக்கட்டும்னு சொல்லிருப்பாரு”

இதை, பொதுவுடை சப்தமாக சொன்னான்.

“உனக்கு சேதி மயிரு தெரியமா ?” அமைச்சரின் தரப்பு மல்லுக்கு இறங்கியது.

அந்த ஆள் பிணவறையைப் பூட்டிவிட்டு மெல்ல போய்விட்டான். மாமா, அவனை அழைத்துப் பார்த்தார். அவன் அதைக் கவனிக்கவில்லை. நான் ஓடிச்சென்று அவனிடம் கேட்டேன்.

“அடுத்து என்ன செய்யணும்? கொஞ்சம் இன்னைக்கே குடுத்துடுங்க”

அவன் போலீஸ் வாகனத்தை நோக்கி கையை நீட்டினான்.

எனக்கு காளியண்ணனை இங்கு விட்டுப்போக சம்மதமில்லை. அவரிடம் கேட்கவும் பேசவும் நிறைய இன்னும் மிச்சமிருக்கிறது.

இந்த வாழ்வின் மீதும் சக மனிதன் மீதும் அன்பு வைக்க, போதிக்க, உணர்ந்துகொள்ள ஒரு திறவுகோலாய் அவருடைய வாழ்க்கை எனக்கு பயன்பட்டிருக்கலாம். என்னால் போக முடியாது. தவிர தகப்பனற்றவனை அண்ணன்தானே காப்பாற்றவும், வளர்க்கவும் வேண்டும். அவரை பிணவறையில் இந்த அழுகல் நாற்றத்தில் போட்டுவிட்டு எங்குதான் நான் போவது.

சக மனிதனாக இந்த கோட்டகத்தின் ஒவ்வொரு வீட்டின் சுக துக்கத்தில் காளியண்ணனின் பங்கு அதிகமிருக்கும். தன்னுடைய இருப்பாலேயே ஒருவன் நம்பிக்கையை விதைத்தால் அவன் பலசாலியென சொல்ல வேண்டிய அவசியம் இல்லை. ஆனால், அவனைக் கொண்டாட அது போதும் இல்லையா ?

சமரச முடிவுக்காக பிணக்கூறாய்வை ஒருநாள் தள்ளி வைத்தார்கள். கொலையாளிகளைக் கைது செய்யாமல் உடலை வாங்குவதில்லை என்று ஆளுங்கட்சியினரைத் தவிர மாற்றுக்கட்சியினர் யாவரும் ஒரே முடிவில் உறுதியாக இருந்தார்கள். என்ன ஆயிற்று எனத் தெரிந்துகொள்ள ஊரே திரண்டு நின்றிருந்தது.

இருட்டிவிட்டது. நானும் பொதுவுடையும் பிணவறை வாசலிலேயே உட்கார்ந்தோம். எல்லோரும் என்னை அழைத்துப் பார்த்தார்கள்.

கெஞ்சிப் பார்த்தார்கள். அழுது பார்த்தார்கள் என்னால் முடியாது. இங்கிருந்து கிளம்ப முடியாது.

இரவு இளமாறன் வந்தான். பேசிக்கொண்டு இருந்தோம். அந்த இரவு நகர மறுத்தது. அண்ணனுக்கு இருந்த விரோதங்கள் பற்றி பேசிக்கொண்டே இருந்தோம். காலையில் மீண்டும் ஊர் திரண்டது. அதே படிக்கட்டில் உட்கார்ந்திருந்தேன். மணி மெல்ல ஓடி பன்னிரெண்டுக்கு வந்துவிட்டது. இன்னும் முடிவு வரவில்லை.

முன்பு காளியண்ணன் வழக்கு நடத்தியதில் பெரும் பிரச்சினை செய்திருந்த, ஓசப்பன் சேட்டனின் இறால் பண்டிலிருந்து இப்போது இரண்டு பேர் நாகை கோர்ட்டில் இக்கொலைக்காக சரண்டர் ஆனார்கள்.

ஓர் உடன்பாடு வந்தது.

ஆனால் பிணக்கூறாய்வுக்கு யாரும் வரவில்லை. காத்திருந்தோம், மாலை பிணக்கூறாய்வு நடத்தி நெடுநேரம் இழுத்தடித்து அந்தியில் இருட்டிய பின்தான் உடலைத் தந்தார்கள். அரசு அவசர ஊர்தியில் எடுத்துக்கொண்டு திரும்பும்பொழுது ஊரெல்லாம் போலீஸ்காரர்களால் நிரம்பிக் கிடந்தது. அரசலாற்று பாசன சட்ரஸ் அருகில் உள்ள மண்டபத்தின் அருகில் முப்பதுக்கும் மேற்பட்ட போலீஸ் வாகனங்கள் நின்றன.

காளியண்ணன் விரும்பிப் பயணித்த ஆற்றுவழி பாதையின் வழியாகவே உடலை வீட்டுக்கு எடுத்துக்கொண்டு போகிறோம். காரியத்திற்கு என எந்தச் சடங்கும் செய்யமுடியாத அவசரத்தை போலீஸ் திணித்தது. அப்படிச் செய்யவும் முடியாதபடி கூளமாக உடைத்துக் கட்டி வைத்திருப்பதாகச் சொன்னார்கள்.

நான் அவரது முகத்தை ஒருமுறை அசைத்துப் பார்த்து 'காளிண்ணே' என்றேன். அசையவில்லை. மெல்ல வலமும் இடமுமாக முகத்தை அசைத்துப் பார்த்தேன். சலனமே இல்லை.

முகத்தில் அடித்துக் கொண்டேன்.

வாழ்ந்த வீட்டில் அரை மணிநேரம் மட்டுமே வைக்க அனுமதி தந்தார்கள்.

"அவன கொன்னுதான் புட்டீங்க, காலையிலயாவது எடுக்க வுடுங்கடா" என கைகூப்பிக் கெஞ்சினார் பெரியப்பா. பலனில்லை.

ஷக்தி 23

பிணத்தை எடுக்க வேண்டும் என்பதில் அந்த ஆய்வாளர் உறுதியாக இருந்தார்.

வீட்டிலிருந்து எடுக்கும்பொழுது எனக்குத் தாளவில்லை. எடுத்துப் போனார்கள். யார் சொல்லியும் கேட்காமல் எடுக்க வைத்தார்கள். காரியத்துக்குப் போக நான் மறுத்தேன். அந்த முகத்தின்மீது வறட்டியை வைத்து தீ வைப்பதைப் பார்க்க எனக்குத் திராணியில்லை.

இரவு ஒன்பது மணியிருக்கும். பெரியப்பாவை கைத்தாங்கலாக மயானத்தில் இருந்து அழைத்து வந்தார்கள்.

பெரியம்மா இறந்து இருபது வருடங்கள் இருக்கும். ஒருமுறை அரசலாறு உடைப்பெடுத்து ஊர் முழுகிய நாளில் காய்ச்சலில் விழுந்து நாகப்பட்டிணம் அரசு மருத்துவமனையில் வாரக் கணக்கில் கிடந்த பெரியம்மா சவமாகத்தான் ஊர் வந்தாள்.

எனக்கு, இன்னும் அந்த நாளும் அச்சுப்பிசகாமல் காட்சியாக ஞாபகத்தில் இருக்கிறது. இப்பொழுது காளியண்ணன்.

இரவில், இடைவிடாத இரைச்சலுடன் மீண்டும் ஆரம்பித்தது மழை. உண்மையில் மழைக்கு இந்த மண் பெரும் புண்ணியம் செய்து இருக்க வேண்டும்.

என்னுடைய நினைவுக்குத் தெரிந்து இப்படி ஒரு கோடை மழையைப் பார்த்து வெகுகாலம் ஆயிற்று. போன வாரங்கூட காளியண்ணன் இதைத்தான் சொன்னது.

"மனுஷனுக்கு ஆகலன்னாலும் இந்த மாடுகளுக்கு ஆகும்டா"

எனக்கு யோசனை முழுவதும் மயானத்திலேயே இருந்தது. மழையில் சிதை அணைந்திருக்குமோ என்கிற அச்சமும் எல்லோருக்கும் இருந்தது.

"இந்த சாதியில பொறந்துட்டு நிம்மதியா சாகலாம்னா எப்புடியா?"

என்றபடி கோட்டகத்தின் வீடுகளில் இருந்த மண்ணெண்ணெய், நாலு பழைய டயர்கள் அரை மூட்டை சீனியை நள்ளிரவில் எடுத்துக்கொண்டு பக்கிரி அண்ணன் மழையிலேயே மயானத்துக்கு ஓடியது.

"ஒரு நல்ல சாவு கூட வாய்க்கலையே..."

பெரியப்பா இரவெல்லாம் இதையே திரும்பத் திரும்பச் சொல்லி அழுதார். மழையின் சப்தத்தைத் தாண்டி பக்கத்து வீட்டுக்கு கேட்கிறது அவரது அழுகை. மழை நன்றாக வலுக்கிறது.

ஒரு பழுப்பேறிய கருப்புச் சட்டமிட்ட படத்தில் அப்பாவின் பழைய படத்தின் மேல் பல்லி ஒன்று அங்குமிங்கும் ஓடிக்கொண்டு இருக்கிறது. பன்னிரெண்டு வருடங்களுக்கு முன்பு சீனித்தேவர் ஆண்டையின் மச்சானுக்கும் நடவு வேலைக்காக வல்லத்தில் தங்கி வேலைப் பார்த்துக்கொண்டிருந்த அப்பா, இதே மாதிரியான ஓர் இரவில்தான் பிணமாகத் திரும்பி வந்தார்.

அவரின் அன்புக்கு ஒரு பிரத்யேகத் தன்மை உண்டு. இத்தனைக் கால வாழ்வில் அந்த இடத்தை யாராலும் நிரப்ப முடியவில்லை.

அன்று அம்மா கதறிய கதறல் இன்னும் காதுக்குள்ளேயே இருக்கிறது. இப்பொழுதும் அகாலத்தில் அந்தக் குரல் நினைவுக்கு வரும்போதெல்லாம் என்னை அப்பாவின் ஞாபகங்கள் அப்பிக்கொள்ளும். அப்பொழுது எனக்கு பதினான்கு வயதிருக்கலாம்.

பத்தாம் வகுப்பு படித்ததாக ஞாபகம்.

அதன் பிறகான இத்தனை வருட கால ஓட்டத்தில் அம்மா ஒருபோதும் என்னைக் கைவிட்டதில்லை. ஊரின் பத்து முஸ்லீம் வீடுகளுக்கு அம்மாதான் எல்லா வேலைகளும் செய்து கொடுப்பாள். காளியண்ணன், நான் பன்னிரெண்டாம் வகுப்பு படிக்கும்போது வழக்கறிஞராகிவிட்டது. என்னுடைய கல்லூரி காலம் முழுவதும் செலவுக்கு எந்தச் சிரமமும் இல்லை.

பதினெட்டுக்கு இருபது அடி அகலமுள்ள இந்த காலனி வீட்டின் ஒரு மூலையில் விசும்பியபடி கிடக்கிறாள் அம்மா. ஒரு வகையில் பெரியம்மாவின் இடத்தில் இருந்து காளியண்ணனைப் பார்த்துக்கொண்டது அவள்தான். என்னை அப்பாவின் இடத்தில் இருந்து வளர்த்தது பெரியப்பாதான். இந்த வாழ்வு அவ்வளவு ரணமானது.

காளியண்ணனின் கையில் கதிர் அரிவாளும், வாசுகி என்கிற என் அம்மாவின் பெயரும் பச்சை குத்தி இருக்கும். நேற்றுக் காலையில் அதை வைத்துத்தான் அடையாளம் சொன்னேன்.

உட்கூரையின் காரைகள் உதிர்ந்து கம்பிகள் வெளியே தெரிந்தது. அதிலிருந்து மெல்ல வழியும் மழைநீர் சொட்டுவிட்டது. ஒரு தட்டை நகர்த்தி நேர்கீழே வைத்தேன். சப்தம் அதிகமாகி பின் அமிழ்ந்தது.

காண்டா விளக்கில் எண்ணெய் குறைந்திருக்கும் போல. மெல்ல திரி கருகும் வாடை. அதை அணைத்து வைக்கப்போகும் போது தான், லதா மெல்லக் குளிரில் நடுங்குவதை பார்த்தேன்.

அவளுக்கு காளியண்ணன் இறந்தது தெரியாது. சொன்னாலும் அவளுக்குப் புரியாது. அவள் மனதளவில் ஒரு குழந்தை. தாயின் மரணத்தையும், அண்ணனின் மரணத்தையும் இந்த பன்னிரண்டு வயதிற்குள் கடந்துவிட்டாள்.

எங்களைப் பொறுத்தவரை அவள் ஒரு குழந்தை. சமயங்களில் எங்களுக்கு தாய். தவிர இந்த வாழ்வின் ஆதாரம் அவள்தான்.

காளியண்ணனுக்கு அவள்தான் உலகமே. எனக்கும்கூட, நிறைய மருத்துவங்கள், நிறைய பள்ளி வாசல்கள் போய் வந்தாகிவிட்டது. கடந்த வெள்ளிகிழமை கூட அம்மாவும் காளியண்ணனும் பொறையார் தர்காவுக்கு கூட்டிப் போய் வந்தார்கள். அங்கு அவள் வைக்கும் சப்தத்தை என்னால் சகிக்க முடியவில்லை. ஆனால் அங்கு போய்வந்த பின் அவளிடம் கொஞ்சம் மாற்றமும் இருக்கிறது. அதே நேரம் அவளது அந்தச் சிரமங்களை என்னால் ஏற்க முடியாது. அமாவாசை காலத்தை அவள் கடக்கும் துயரை விவரிக்க என்னிடம் வார்த்தைகளும் இல்லை. நான் அவளுடனே வளர்ந்தவன். அவளை விலகி இருத்தல் இயலாது. நான் ஊரில் இருக்கும் நாளில் அவளுடனே பொழுதும் போய்விடும்.

காற்றில் புகைச்சல் நாற்றம், மெல்ல கிராதி வழியாகப் பரவி அறையைக் கணப்பு குறையாமல் வைத்து இருந்தது. மழை விட்டிருக்க வேண்டும். ஒரு போலீஸ் வாகனம் கிளம்பிப் போகும் சப்தம் கேட்டது.

அம்மாவின் பக்கத்தில் போய் உட்கார்ந்து கொண்டேன். தலையை மெல்ல அவள் மடியில் கிடத்திக் கொண்டேன்.

"அய்யாடி" என அவள் அழத்துவங்கினாள்.

அமைதியாக தூங்கும்படி சைகை செய்தேன். அவளுடைய கண்ணீர் வழிந்து என்னைச் சுட்டது. உட்கார்ந்தபடி அந்த இரவு நகர மறுத்தது.

பெரியப்பா, வடக்குப் பக்கமிருக்கும் மயானத்தைப் பார்த்து அழுதுகொண்டேயிருந்தார்.

"அய்யா வந்திருய்யா. அனாதையா நிக்கிறேன்யா"

"வழக்கமா ஒரு குவாட்டரு போயிட்டா சைலண்டாயிருவாரு, இன்னிக்கு இப்ப வரைக்க மூனு போயிருக்கு, அசராம கெடந்து அழுவுறாரு"

கொண்டல்

சுப்பு மாமா யாருக்கோ அழுதபடி போனில் தகவல் சொல்லிக் கொண்டு இருந்தார்.

விடிந்து விட்டது. வாசலில் பேச்சுக் குரல் அதிகமானது. மழையும் விட்டுவிட்டது. வெளியில் வந்தேன். மயானத்துக்குப் பால் தெளிக்க கிளம்பிக் கொண்டிருந்தார்கள்.

வயற்காடு சுற்றிலும் சாம்பல் நிறத்தில் பூத்திருந்தது. மயானத்திற்குப் போக எனக்கு மனம் இல்லை. வாசல் பெஞ்சில் சுருண்டு படுத்துக் கொண்டேன். உடல் சூடாக இருப்பது போலிருந்தது. கொஞ்சம் பசியும் அதிகமாகிவிட்டிருந்தது, வடிவேலு அண்ணன் கடையிலிருந்து கூஜாவில் டீயை வாங்கி வந்திருந்தார்கள். காலைக் குளிருக்கு அந்த டீ இதமாக இருந்தது.

கோட்டகத்திலிருந்து தலைக்காடு கடைத்தெரு ஒரு கிலோமீட்டர் தூரம். மெல்லக் கிளம்பினேன். பெரியப்பாவை மொட்டைத்தலையில் பார்ப்பது அவ்வளவு கஷ்டமாக இருந்தது. சதை தளர்ந்து நரம்புகள் தெரியும் அளவுக்கு ஆள் இளைத்து விட்டார்.

மெதுவாகக் கை அசைத்தார். அவருக்கு என்னை ரொம்பப் பிடிக்கும். அவரை நெருங்கும்போதே அழத் தொடங்கிவிட்டேன். பக்கத்தில் உட்கார்ந்து கொண்டேன். தலையை மெல்லக் கோதி விட்டார். என்ன நினைத்தாரோ தெரியவில்லை.

"தர்மா ஊருல இருந்து போய்டுய்யா, எங்கயாவது வேலைக்கு போ. இந்த ஊரு நெலம் மண்ணு மயிரெல்லாம் போனவனோட போவட்டும். ஒரு நாளு கிழமைக்கு மட்டும் இங்கிட்டு வந்து எட்டிட்டு போ. எனக்காவ ஏதாச்சும் செய்யணும்னு நெனைச்சா போய்டுய்யா. போய் நல்லா இரு"

அழுக்கேறிய அவரது சிகப்பு வண்ண பெல்ட்டிலிருந்து கசங்கிய இரண்டாயிரம் ரூபாயை எடுத்துக் கொடுத்தார். அம்மாவின் நெடுநாள் ஆசையும் அதுதான். இந்த ஊர் வேண்டாம் என்பதுதான். மேல்துண்டால் வாயை மூடி விளக்கு எரியும் மூலையைப் பார்த்தபடி அழ ஆரம்பித்தார் பெரியப்பா.

என்னால் தாள முடியவில்லை.

நான் வாழ்க்கையில் முதன்முதலாக இவர்கள் இல்லாத வாழ்வு எப்படி இருக்கும் என எண்ணிப் பார்த்தேன். இதுநாள்வரை அப்படியான எண்ணங்கள் வந்து போகத் தேவையிருந்ததில்லை.

ஆனாலும் பொழுது விடியத்தானே செய்யும். அவர் ஆதங்கத்தில் பேசுவதாக நினைத்தேன்.

வீட்டின் வாரிக்கு வெளியே பந்தலில் மெல்ல சூரிய வெளிச்சம் படர்ந்தது. காய்ந்து கிடந்த வயற்காடு சாம்பல் வண்ணத்தில் பூத்துக் கிடந்தது. அம்மா இன்னும் புலம்பலை மட்டும் விடவில்லை. அதை விட்டுவிட்டால் அவள் ஆயுள் முடிந்துவிடும். லாபமோ நட்டமோ அவள் அதை மெல்லிய புலம்பலிலேயே சமாதானம் செய்து கொள்வாள்.

லதா காலையில் எழுந்து கலைஞர் டீவியின் ரிமோட்டை தேடிச் சப்தம் வைத்துக் கொண்டிருந்தாள்.

கோட்டகத்துக்குள் ஒரு போலீஸ் வாகனம் நுழைந்தது. அதிலிருந்து இறங்கிய ஆய்வாளர், பெரியப்பாவின் வீட்டில் வந்து உட்கார்ந்து கொண்டார்.

"உங்களுக்கு வேறு எந்தவிதமான சந்தேகம் இருந்தாலும் சொல்லுங்க, நாங்களும் விசாரிக்கிறோம்"

அவரின் அடுத்த வார்த்தைக்கு பெரியப்பா காத்திருக்கவில்லை.

"தம்பிக்கு ஊரு எது?" என்றபடி எழுந்தார்.

"ராம்நாடுங்க" அவரும் சட்டென பதில் சொன்னார்.

பெரியப்பா வாசலில் வந்து நின்று, கிழக்கு நோக்கி திரும்பிக்கொண்டார். அவருக்கு அவ்வளவுக்கு கோபம் வந்து நானும் பார்த்ததில்லை.

"தம்பி இந்த சாதி சனத்துல எவன் செத்தாலும் வேற சாதி பொண்ண தூக்கிட்டு வந்துட்டான், அவன் வந்து வெட்டிட்டு போய்ட்டான். இப்படித்தான்யா வழக்க முடிப்பீங்க, இங்க என்ன பிரச்சனை தெரியுமா?"

"தெரியாதுங்க" அவரும் வாசலில் வந்து நின்றுக் கொண்டார்.

"உனக்கும் தெரியும் ஆனா முழுசா தெரியாது, அவ்வளதான். அந்தா கெழக்க தெரியுது பாருய்யா கடைமேடு பாலம். அது இங்கன இருந்து நாலு மைலு. தொன்னூத்தி நாலுக்கு முன்ன ஒத்த இறால் பண்டு கூட இந்த மண்ணுல கெடையாது. இப்ப இரனூறு கம்பெனி பண்டுங்க இருக்கு. ஊருக்குள்ள வர இன்னும் அரை கிலோ மீட்டர்தான் பாக்கி இருக்கு"

ஆய்வாளர், பெரியப்பா காட்டிய திசையைப் பார்த்தார்.

“கடல் தண்ணீ ஊருக்குள்ள வராம நிரந்தர தடுப்பணை கேட்டு முப்பத்தி ரெண்டு வருஷமா போராடி ஒரு புண்ணியமும் இல்ல. உப்புத் தண்ணி இல்லாம இறால் வளர்க்க முடியாதுன்னு ஆத்து தண்ணி கடல்ல கலக்குற எடத்துல இயக்கு அணையை கட்டவுடாம இறால் பண்டு வச்சிருக்கவனுக்கு வசதியா முன்னாடி ஊருக்குள்ளயே கட்டிக்கிட்டாங்க. இந்த கவர்மெண்டு நிதி ஒதுக்கல, ஆசிய வங்கி நிதி கொடுத்துச்சு. என் மவன் ஹைகோர்ட்டுல இதுக்கு ரெண்டு வழக்கு நடத்துனவன்யா. கடல் தண்ணீயும் இறால் பண்டு கெமிக்கலும் இந்த விவசாய நிலத்தை சீரழிச்சிட்டு. இத கேட்டது குத்தமாய்யா? இல்ல இல்ல தப்பு அத இங்க இருக்குற பள்ளனும் பறையனும் கேக்கறதுதான் குத்தம் ஆயிட்டு”

பெரியப்பாவுக்கு அழுகை அடைத்தது.

“இந்த இறால் பண்டுல பாதி கேரளாகாரனுது. இந்த நிலத்த பாழடிச்சு அவன் ஊருக்கு இறால ஏத்திட்டு போறான். அவன் மண்ணுக்கு அவன் விசுவாசியா இருக்கான்யா. ஆனா இவனுங்க...? பத்தடியில வந்த குடி தண்ணியெல்லாம் இப்ப உப்பேறிக் கெடக்கு. ஊருக்குள்ள ஆத்துல கெடக்குற தண்ணி, காவிரி தண்ணி இல்ல உப்புத் தண்ணி. இறால் பண்டுக்கு உப்புத் தண்ணி வேணுங்கற காரணத்துக்காவ இங்க ஊர்லயே தடுப்பணை கட்ட வச்சது இங்கருக்கிற அமைச்சரு தான்”

நிறுத்தி பின் அழுத்தம் திருத்தமாகவே சொன்னார்.

“இந்த மண்ணுக்காக நாங்க இல்லாம வேற யாரு தம்பி போராடுவா”

ஆய்வாளர் மௌனமாக நின்றார்.

“நாங்கதான் வந்து நிப்போம். பூதான் இயக்கத்தால எங்களுக்கு கெடச்ச நிலம் தம்பி இது. அந்த காலத்துல செவப்புக்கொடிய எடுத்து உங்க போலிஸ்கிட்ட நான் வாங்காத அடியில்ல. தடுப்பணைய முகத்துவாரத்துக்கு பக்கத்துலதான் கட்டணும்னு கேசு நடத்துனான் என் புள்ள. உலகம் பூரா அப்படிதானய்யா கட்டியிருக்காங்க. ஆனா இங்க கடலுக்கு மேற்க ஊருக்குள்ளயே கட்டிக்கிட்டு உப்பு தண்ணிய ஊருக்குள்ள திறந்து விட்ருக்கானுங்க. இத கேட்டது குத்தமாய்யா?”

ஆய்வாளருக்கு எதுவும் சொல்ல முடியவில்லை.

“இங்க எல்லா அரசியல்வாதிக்கும் இதுல பங்குண்டு. எம் புள்ளய வெட்னது யாருன்னு எனக்கு நல்லா தெரியும். ஏன் உங்களுக்கு கூட தகவல் சொல்லிட்டுதான் வெட்டிருப்பானுங்க. இந்த ஊரால, சாதி சனத்தால எந்த பிரச்சனையும் வராதுய்யா. நான் உத்தரவாதம் தரேன். வேற ஏதோ ஒரு பிரச்சனைல அவன யாரோ வெட்னதா இருக்கட்டும். ஊர்ல கூட்டமா நின்னு பயமுறுத்தாம கிளம்பிடுங்கையா?”

கையெடுத்துக் கும்பிட்டார் பெரியப்பா. அவரது கோபமும் உள்ளூர அவர் வைத்திருந்ததும் நொடியில் வெளியாகிவிட்டது. அந்த ஆய்வாளருக்கு எதுவும் புரிந்ததா எனத் தெரியவில்லை. நூறு மக்களுக்கு முன் அமைதியாகப் போனான். எதுவும் பேசவுமில்லை. அவர் சொன்னதை மறுக்கவுமில்லை.

இந்த அதிகாரத்தின் மீதும் இந்த ஜனநாயகத்தின் மீதும் முதன்முறையாக பயம் வந்தது.

* * *

4

சாப்பிட ஏதாவது வேண்டும் போலிருந்தது. வீடு இருக்கும் சூழலில் காலை உணவுக்கு வாய்ப்பில்லை. எல்லோருக்கும் வாங்கிவிடலாம் எனக் கிளம்பினேன். தலைக்காடு கிராமப் பேருந்து நிறுத்தத்தில் கூட்டம் அதிகம் இல்லை. காலியாகக் கிடந்தது. ஊருக்கு ஓர் அடையாளம் உண்டு. எந்தத் துறை எனத் தெரியாத ஓர் அமைச்சர் வீடு இங்கிருக்கிறது. அவ்வளவு தான்.

தேர்தலின்போது அவரைப் பார்ப்பதோடு சரி. அவர் வீட்டு வாசலில் இரண்டு போலீஸ்காரர்கள் நின்றால் அவர் அமைச்சராக இருக்கிறார் என அர்த்தம். இல்லை என்றால் சட்டமன்ற உறுப்பினர் மட்டும். வெறிச்சோடிக் கிடந்தால் அதுவுமில்லை. அவ்வளவுதான் அவருக்கும் ஊருக்குமான உறவு. ஏன் தொகுதிக்குமான உறவே அவ்வளவுதான்.

தலைக்காடு பேரூராட்சி தாழ்த்தபட்டவர்களுக்கானது, வேதையன் மாமாதான் இரண்டு முறை பேரூராட்சி தலைவராயிருந்தார். அதனால்தானோ என்னவோ அமைச்சர் அன்பழகனுக்கும் கோட்டகத்தும் ஆகவே ஆகாது.

காலை வெளிச்சத்தில் பெருசுகள் குளிர் காய்ந்து கொண்டிருந்தார்கள். நல்ல வெயில். வடிவேலு டீக்கடை, கூட்டத்தால் நிரம்பி வழிந்தது. வடிவேலு அண்ணன் கடவுள் மறுப்பாளர். கூடுதலாக பெரியாரியவாதி. அவர் கடை இட்லிக்காக காலையில் ஒரு கூட்டம் கூடி கலைந்துவிடும்.

வடிவேலு அண்ணன் தோற்றத்தில் நடிகர் சத்யராஜ் போலிருப்பார். அவரது கண்ணாடி அலமாரியில் எப்பொழுதும் வடைகளும் சமோசாக்களும் நிரம்பி காலியாகும். எப்பொழுது அவசர உதவி தேவைபட்டாலும் அவரைக் கேட்கலாம். நல்லது கெட்டது என எதையும் விட்டுக் கொடுக்காத மனிதர்.

இன்று அவர் கடையில் இட்லி வாங்குவது கடினம்தான். அவரே ஜாடையிலும் அதைச் சொல்லி, பாய் கடையை நோக்கி கை காண்பித்தார். காத்திருப்போர் அதிகம் இருந்தனர். எதிரில், மணிக்கடையில் கூட்டம் கொஞ்சம் குறைச்சலாக இருந்தது. பொதுவாகவே, சாப்பிட வருகிற கூட்டம் அதிகமானதற்கு இறால் பண்டுகளில் பெருகிப்போன வட நாட்டவர்களும் மலையாளிகளும் ஒரு காரணம்.

மணிக்கடையில் நமக்கு ஒத்து வராது. அவர், நாகரீகத் தீண்டாமையை கடைபிடிப்பார். எல்லோருக்கும் கிளாஸில் டீ கொடுக்கும் அவர் கோட்டகத்தில் இருந்து யார் வந்தாலும் சட்டென டம்ளருக்கு மாறிவிடுவார். அதன் உள் ஓடி இருக்கும் கறுப்பு வளையங்களைப் பார்த்தாலே தெரியும், அது கழுவி ஆண்டுக் கணக்கில் இருக்கும்.

ஒருமுறை பொதுவுடை கேட்கப்போக விவகாரமானது.

"நாய் பெரிய வலிவலம் பண்ண வாரிசு?" என மணியின் பெரிய மகன் போட்டுக்கொண்டிருந்த டீயை அவன் மீது ஊற்ற, வாய் வார்த்தை வலுத்து அவன் பொதுவுடையை அடிக்க பதிலுக்கு நாங்கள் அடிக்க விவகாரம் பெரிதானது.

தலைக்காடு காவல் நிலையத்தில் வன்கொடுமை சட்டத்தில் வழக்கும் கொடுத்து அது தஞ்சாவூர் நீதிமன்றத்தில் விசாரணையிலும் இருக்கிறது. அவரது மகன் அன்றைய தினம் கைதானதை மணியால் இன்றும் ஏற்க முடியவில்லை.

பதிலுக்கு அவர் சார்ந்த கட்சியின் கொடி பறந்த மரத்தை இரவு போதையில் பொதுவுடை உடைத்து விட்டதாக வழக்குப் பதிவு செய்தார்கள்.

நல்லவேளையாக எப்பொழுதும் பிரச்சினைக்குத் தயாராக நிற்கும் அந்த கட்சியினர் சித்திரை மாதம் கட்சியின் கூட்டத்திற்காக ஊரிலிருந்து போய் வந்த வாகனம் கடலூரைத் தாண்டி சிப்காட் அருகில் விபத்தில் சிக்கிக்கொண்டது. ஒட்டுநருக்கு பலத்த அடி.

குடித்திருந்தது தெரிந்தால் பதவிக்கு சிக்கல் என அவர்களுக்கு இருந்த குழப்பத்தில், புகாருக்கு பதில் சொல்ல யாரும் வரவில்லை. எழுதி மட்டும் வாங்கிக்கொண்டு காவல் நிலையத்தில் அனுப்பி விட்டார்கள்.

லதா இட்லிக்காக காத்திருப்பாள். வண்டியை நாசர் கடைப் பக்கம் திருப்பினேன். அவளுக்குப் பிடித்த பொட்டுகடலை சட்னி அங்குதான் கிடைக்கும். துக்கம் விசாரிக்க முயன்ற அவர், என் முகத்தை பார்த்ததும் என்ன நினைத்தாரோ ஒன்றும் கேட்கவில்லை. இட்லியை சட்டென மடித்து கொடுத்துவிட்டு பணம் வாங்கவில்லை.

"அப்புறமா கொடுக்கலாம் போய் முதல்ல சாப்டுய்யா" என்றபடி பரிமாறப் போய்விட்டார். வாசலில் ஓரமாக ஒரு மனநலம் பாதித்த முதியவரைப் பார்த்தேன் அவருக்கும் நான்கு இட்லிகளை வாங்கிக் கொடுத்துவிட்டுக் கிளம்பினேன்.

வண்டியைக் கொஞ்சம் வேகமாக விரட்டியபடி வீட்டுக்குத் திரும்பினேன். போலீஸ் வாகனங்கள் எதுவும் ஊரில் இல்லை. லதாவுக்கு இட்லி ஊட்டிவிட வேண்டும். சாதம் என்றால், கூடுதலாகச் சாப்பிட்டு விடுவாள். இட்லி கொஞ்சம் கஷ்டம்.

"வாசுகி ஊட்டி வுடு" என அம்மாவிடம் ஓடி வந்துவிடுவாள். அந்தப் பொட்டலத்தை அம்மாவிடமே கொடுத்துவிட்டு வெளியில் வந்தேன்.

வெயில் வதைக்க தொடங்கிவிட்டது. பக்கத்தில் நத்தந்திடல் வரை போய்வரலாம் எனத் தோன்றியது.

நிறைய நாட்கள் மனது சரியில்லாக் காலங்களில், நான் இங்குதான் உட்கார்ந்திருப்பேன். எந்த முடிவும் கிடைத்ததில்லை என்றாலும், அது எனக்கு வாழ்வில் மிகப் பிடித்தமான இடம்.

முன்பெல்லாம் நெல் கதிரடித்து இங்கிருந்துதான் வண்டியில் எடுத்துப் போவார்கள். இப்பொழுது இயந்திரங்கள் அலைகின்றன. திடலில், ஒரு ஜியோ டவர் கட்டி வருகிறார்கள். இனி சிக்னல் பிரச்சனை இருக்காது என்கிறார்கள்.

இங்கு ஒரு பெரிய குளம் உண்டு.

நத்தங்குளம் என்றால் எல்லோருக்கும் தெரியும். அதில் ஒரு படித்துறை உண்டு. வேதையன் மாமா தலைவராக இருந்தபோது செய்த நல்ல காரியம் இந்த படித்துறை. வேறு எந்த வசதிகளும்

கோட்டகத்துக்கு அவரை செய்துகொள்ள விடவில்லை. படித் துறையின் மீது ஏறி நின்று, கிழக்கே பார்த்தால் கண்ணுக்கு எட்டிய தூரம்வரை இறால் பண்டுகள்தான் பரந்து விரிந்து கிடக்கும். இரண்டு ஏக்கருக்குக் குறைவாக ஒருவரிடம் இறால் பண்டுகள் இருக்காது.

இதுதான் இங்கு வாழ்வாதாரம். இங்கு வளரும் இறால்களை வளர்ப்பவர்கள் யாரும் தவறிக்கூட உண்ண மாட்டார்கள். அவ்வளவும் ரசாயன உரங்களில் வளர்ந்து பெருகுபவை.

தினமும் காலையில், தலைக்காடு கிராமத்தில் இருந்து வேதாரண்யம் போகும் சாலைகளில் இருபது பெரிய கண்டெய்னர் லாரிகள் வரிசையில் காத்துக்கிடக்கும். இறால் அரித்ததும் காத்திராமல் உடனே ஐஸ் துகள்களை நிரப்பி பிளாஸ்டிக் பெட்டிகளில் அடைத்து விடுவார்கள். பின்னர் இங்கிருந்து கேரளாவுக்கு பத்துமணி நேரத்திற்குள் எடுத்துப் போய்விடுவார்கள்.

நீண்டு கிடக்கும் கிழக்குக் கடற்கரைச்சாலை வழியாகக் குறிப்பிட்ட இடத்தை அடைய அதிவேகமாக போகும் வாகனங்களை, அதற்காகத் தேர்ந்த ஓட்டுனர்கள் கொண்டு இயக்குகிறார்கள். பெரும்பாலும் விடியற்காலையில் இந்த வாகனங்கள் கிளம்பி விடும். இந்த வாகனங்கள் அதிகமாக விபத்தில் சிக்குவதும் இப்பகுதியில் சகஜமான ஒன்று.

இன்று இன்னும்கூட ஆறு லாரிகள் காத்துக் கிடக்கின்றன. வார இறுதி நாட்களில் இன்னும் கூடுதலாக வண்டிகள் போகும். நாளை மறுநாள் ஞாயிறு என்பதால் இன்று இன்னும் லோடு ஏற்றிக்கொண்டு இருக்கிறார்கள்.

தலைக்காட்டுக்கும் கடற்கரைக்கும் இடைப்பட்ட பகுதி மிகத்தாழ்வான பகுதி. அதுதான் இந்தத் தொழிலை இங்கு நடத்த எளிதாக இருக்கிறது. இறால் வளர்ப்புக்கான இயற்கை ஆதார வளங்கள் அத்தனையும் நிரம்பிய பகுதி.

உவர்நீர் பரப்பில் இறால் வளர்ப்பு என்பது வர்த்தக மதிப்பு நிறைந்தத் தொழில். சந்தையில் இறால் விலையும் அதிகம். ஏற்றுமதியிலும் இந்திய இறால்களுக்குத் தனி மவுசு உண்டு. மத்தியில் இப்பொழுது இருக்கும் ஆட்சி வந்த பிறகு பெரும்பாலான கம்பெனி முதலாளிகளை, பிச்சைக்காரர்களாக்கி விட்டது, பார்க்கவே முடியாத சேட்டன் முதலாளிகளை, காலையில் இப்பொழுதெல்லாம் வடிவேலு அண்ணன் கடையில் பார்க்கலாம்.

கொப்பரைக் களத்தில் விரட்டப்படும் காகங்களைப் போல பல முதலாளிகள் நிலைமை. கண்டெய்ணர் லாரிகளின் பராமரிப்பும் கூடிவிட்டெதெனச் சொல்லிக் கொண்டிருந்தார் ஒரு சேட்டன். ஆனால் அவர்களுக்கு இது களம். இங்கிருக்கும் பல அரசியல்வாதிகளுக்கும், ஆதிக்க சாதியினருக்கும் இங்கு நிறைய குட்டைகள் உண்டு.

உவர்நீரில் இறால் வளர்ப்பு என்பது ஒரு குறுகியகால பயிரிடுதல் போலானது. முதலீடு செய்த பணம் மிகவிரைவாக பன்மடங்காகப் பெருகி கிடைக்கிறது. அதைத்தான் சேட்டன்மார்கள் விரும்புகிறார்கள்.

முன்பெல்லாம் நெல் விளைந்த நிலம் இப்பொழுது இறால் வளர்ப்பிடமாக மாறிப்போனதன் பின்னணியும் இதுதான். சரியான நீர்வரத்து இல்லையென்பது ஒரு காரணம். ஆனாலும் இது கடைமடை. கட்டாயம் ஒரு போகத்துக்கு உத்திரவாதம் உண்டு.

ஒரு போகம் விளைகின்ற நெல்லை விட இரண்டு போகம் தரும் இறால் வளர்ப்பின் மீது மோகம் திரும்பியதற்கு ஆச்சரியம் எதுவும் இல்லை. யதார்த்தம் என்னவென்றால் இதற்குப் பயன்படும் நிலம், வேறு வருவாய் ஈட்டித்தர லாயக்கற்றது. ஒருமுறை பயன்பாட்டுக்கு வந்த பின்னர் இதைத்தான் தொடர்ந்து செய்ய இயலும்.

பூர்வீகமாக இங்கிருந்து இறால் பண்ணைகள் அமைத்தவர்கள் சமயங்களில் வரும் பேரிழப்பு அல்லது பெருமழையில் தலைக்காடு வரை நிரம்பும் வடிகால் நீரால் மொத்தமாக பேரிழப்பைச் சந்திக்க நேரிடுகிறது. அவர்கள், தங்களால் சமாளிக்க முடியாத பொழுது வெளியூரில் இருப்பவர்களிடம் விற்கிறார்கள். அவர்கள், தொடர்ந்து ஏற்பட்ட மழைக்கால வெள்ளத்தால் அவற்றை விற்கக் காத்திருந்தபொழுது கேரளாவில் இருந்து வந்தார்கள். அவர்களுக்கு இது முதலீட்டு நிலம். வேண்டியது ஆண்டுக்கு இரண்டு முறை டன் கணக்கில் இறால்கள்.

அவர்களிடம் பிரச்சனைகள் என வருகிற சமயங்களில், மெல்ல உள்ளூர் ஆட்களைக் குறைத்துக்கொண்டு பீகாரிகளையும் அஸ்ஸாம்வாசிகளையும் தொழிலாளிகளாகச் சேர்த்துக் கொண்டார்கள்.

முதன்முதலாக டைகர் எனும் கறுப்பு ரக இறால்களை ஆரம்ப காலத்தில் வளர்க்கத் தொடங்கினார்கள் பின்னர் நான்கு மாதத்தில் விற்கலாம் என வனாமி ரகங்களைக் கொண்டுவந்தார்கள்.

கறுப்பு இறால்கள், நமது இந்தியப் பெருங்கடலில் இருந்து பிடிபடும்

தாய் இறால்களில் இருந்து குஞ்சுகள் பொரிக்க வைக்கப்பட்டு, பண்ணைகளில் வளர்க்கப்படுகின்றவை. இவ்வகை இறால்களுக்கு இயற்கையாக நோய் எதிர்ப்பு சக்தியும் உண்டு, இந்தத் தட்பவெப்ப நிலையைத் தாங்கி வளரவும் செய்யும். வனாமி ரகங்கள் அமெரிக்க கடற்பரப்பை பூர்வீகமாகக் கொண்டவை.

கறுப்பு இறால்களுக்கு தவிடு, கடலைப் புண்ணாக்கு, மைதா, ஈஸ்ட் கலந்து இரவில் நொதிக்க வைத்து அதில் உள்ள சர்க்கரையை வடித்து நீரில் கலந்து உணவாக வைத்துவிடுவார்கள். ரசாயனத் தீவன உபயோகம் கொஞ்சம் குறைவுதான். ஆனால் வனாமி ரகங்கள் அப்படி அல்ல.

ஒரு கல்சர் அறுவடை முடிந்ததும் குட்டைகளைப் பெரும்பாலும் பங்குனி மாதத்தில் வெய்யிலில் காயவிட்டு, பழைய இறால் கழிவுகளை அகற்றி, டிராக்டர் கொண்டு உழுது, நான்கு பக்கமும் கரைகட்டி, அக்ரிமைட் மற்றும் டோலமைட், சுண்ணாம்பு வேதிப்பொருட்களைத் தெளித்து இரண்டு அடிக்கு நீர்விட்டு அதன்பின் ஏரேட்டர் கொண்டு நீரில் ஆக்சிஜன் பரிமாற்றம் செய்து வளர்க்க வேண்டும். புரோட்டின் அதிகமான உரங்கள்தான் பிரதானமானவை.

அமாவாசை, பௌர்ணமி, அஷ்டமி, காலங்களில் தன் தோல்களை இறால்கள் உரித்துக்கொள்ளும் பொழுது தீவனங்கள் எடுக்காது. அதன் கழிவுகளும் நொதித்த உணவும் அமோனியாவாக மாறாமல் இருக்க பயன்படுத்தபடும் ரசாயனங்கள் மிக ஆபத்தானவை. இவைதான் இந்நிலப்பரப்பை சீரழிக்கின்றன.

வனாமி ரகங்களை நன்னீரிலும் வளர்க்கின்றனர். ஆனால் உரங்கள் இதே வகைதான். ஒருமுறை காளியண்ணன் விசாரித்தபொழுது வனாமியின் தாய் இறால் அமெரிக்காவில் இருந்து வருவதாகவும் அதை மத்திய அரசுதான் தருவித்து தருகிறதெனவும், “புருடர்” எனும் அந்த வகை வனாமி இறால் பதினெட்டு வகை நோய் வராத அளவுக்கு ஆற்றல் கொண்டதெனவும் சுமார் 850 ஜோடி புருடர் தாய் இறால்களை ஆறுமாத காலம் குஞ்சு பொரிப்புக்காக தனது கண்காணிப்பில் தரும் அரசு. ஆறு மாதம் கழித்து அதை அரசே திரும்ப வாங்கி கவனமாக அழித்தும் விடுவதாகச் சொன்னார்கள்.

அரசின் குறை தீர்ப்புக் கூட்டத்தில் எத்தனையோ முறை கேட்டு இருக்கிறோம். ஒருவரும் பதில் சொல்லியதில்லை. ஒவ்வொரு முறையும் இம்மாதிரியான கேள்வியை எதிர்கொள்ள இயலாத

மீன்வளத்துறை இயக்குனரும் மாவட்ட ஆட்சியரும் கூட்டத்தைப் பாதியில் முடித்துக்கொண்டு ஆசிரமத் துறவிகள் போல ஓடி விடுவது வாடிக்கையாகி விட்டது.

ஏழு துறைகளில் அனுமதி பெற்றால் மட்டுமே ஒரு இறால் பண்ணை அமைக்க முடியும். இங்கு அப்படி இல்லை. பெரும் பண முதலைகள் ஏழு துறைகளை கவனிப்பதை விட ஒரு அமைச்சருக்கு விசுவாசமாயிருந்து விடுவார்கள். பண்ணைக் குட்டைகளை மானியத்துக்கு வெட்டிவிட்டு அதில் இறால்களை வளர்த்து கொள்வார்கள்.

இறால் வளர்க்க உவர்நீர் அவசியம். ஏழு கிலோமீட்டர் தூரமிருக்கும் கடலில் இருந்து உவர்நீர் தேவைக்காக கடல்நீர் முகத்துவாரங்களின் வழியாக ஆற்றில் ஏறி, ஊருக்குள் வரும்படி செய்கிறார்கள்.

நீர்வரத்து தடைபடும் என்பதற்காக தடுப்பணையை முகத்துவாரத்தில் அமைக்க விடாமல் அமைச்சரின் உதவியுடன் பல ஆண்டுகளாகத் தடுக்கிறார்கள். ஆற்றின் முடிவில் தடுப்பணை வேண்டும் என நாங்கள் போராடி மாய்வதற்கும், ஊருக்குள் அரசு கட்டி முடித்ததற்கும் இதுதான் காரணம்.

ஆற்றில் உவர்நீர் உள்ளே வந்ததால் வயல்கள் விவசாயம் செய்ய லாயக்கற்றுப் போனது. பண்டுகளுக்கு தேவையான நன்னீருக்காக நிலத்தடி நீரை உறிஞ்சி எடுக்க அந்த வெற்றிடத்தில் கடல்நீர் உள்வந்து உப்பு நீராகப் போனது.

இறாலின் உணவுக் குழாயில் கட்டிகள் வராமல் இருக்க பயன்படுத்தப்படும் மருந்துகளின் நாற்றத்தால், ரசாயனங்கள் நிரம்பிய நீர் கலந்ததால் மாடுகள் கூட பருக முடியாதபடி ஆற்று நீர் பாழ்பட்டது.

குடிநீர் ஆதாரமும் பாழாகி, சமயங்களில் மழை பெருகும்போது அல்லது கடல் மட்டம் உயர்ந்து உப்புநீர் வயலில் புகுந்தால் அந்த வருடம் விளைச்சலும் இல்லாமல், அந்த வைக்கோலை மாடுகள்கூட தின்னாமல் தீ வைப்பதைக் கூட பார்த்திருக்கிறேன். அதைவிடக் கொடூரம் என்னவென்றால், இறால் வளர்ப்பிடங்களை ஒருபோதும் விளை நிலங்களாக மீண்டும் மாற்றவே இயலாது.

எனக்கு விவரம் தெரிந்ததில் இருந்தே இந்தப் பிரச்சனை இருக்கிறது. ஆளும்கட்சி அமைச்சருக்கு, அப்பொழுது இறால் பண்டும் ஒரு

தொழில்தான். அவரது ஆதரவில் நாடாளுமன்ற உறுப்பினர் தேர்வாவதால் அவரிடமும் சொல்லி ஆகவில்லை.

இப்போதைய எதிர்கட்சி மாவட்டத்தின் மைத்துனருக்கு இதுதான் பிரதானத் தொழில். மட்டுமின்றி பினாமியும் அதிகம். எங்களுக்கு ஆதரவான கட்சியாகக் காட்டிக்கொள்ளும் எல்லா சாதிய கட்சிகளுக்கும் தீபாவளிப் பங்குண்டு.

அப்புறம் தேர்தல் நிதியும் உண்டு.

இத்தனை ஆண்டுகளாக வேதையன் மாமாதான் எதிர்த்து நின்று போராடுகிறார். எதிர்கட்சியில் இருந்துக்கொண்டு எல்லோரையும் திரட்டி சட்டென களத்தில் இறங்கி விடுவார். கட்சியில் வேறு யாரும் தலையிடவும் முடியாது. அவர்மீது போராட்ட வழக்குகள் அவ்வளவு நிலுவையில் இருக்கிறது.

இப்பொழுது கூட இந்த திட்டம் சரியாக நடைமுறைப் படுத்தப்படவில்லை. மறு பரிசீலனை செய்ய வேண்டும், ஒரு குழு அமைக்கப்பட வேண்டும் என ஆரம்ப காலம் முதல் சட்ட ரீதியாக போராடுகிறோம்.

சாமானியர்களின் கட்சியென கீழ தஞ்சையில் சொல்லிக்கொண்டு வளர்ந்த கட்சியில், பதவியில் இருந்தவரெல்லாம் குறுநில மன்னராகிவிட்டிருக்க இன்னும் இருக்க ஒரு குடிசை இல்லாத, இரண்டு முறை பேரூராட்சி தலைவனாயிருந்த ஒரே மனிதர் வேதையன் மாமாதான்.

லாரி ஒன்று, தார்பாய் போர்த்தி கடந்து போவதைப் பார்த்தேன். வியாழக்கிழமை என்றால் இந்த வண்டியைத் தவறாமல் பார்க்கலாம். 'அடிமாட்டு வண்டி' என்பார்கள்.

'முன்பெல்லாம் அறுவடைக் காலங்கள் முடிந்ததும் இந்த வயல்களில் உளுந்து விதைப்பார்கள். அதன் பிறகு மாடுகள் எங்கிருந்து வந்து சேர்கிறது எனத் தெரியாது. இந்த வயல்களில், அவ்வளவு மாடுகள் நிறைந்து மேயும். பின் நீர்வரத்து பிரச்சனையானதும் மாடுகளும் கிடை மாடுகள் சேர்ப்பவர்களும் குறைந்து போனார்கள்.

மாடுகளை மேய்ச்சலுக்குக் கூட்டிப் போனால் அவற்றுக்கு நீர்நிலைகள் இல்லை. வைக்கோல் கிடைப்பதில்லை, சமீபகாலமாகப் பெருகிவரும் தீவன விலையேற்றங்களும் ஒரு காரணம்.

முன்பெல்லாம் அறுவடைக்குப் பின்னர் எள், கடலை விதைப்பது உண்டு. எள் அதிகமாகத் தெளிப்பார்கள். விற்றது போக, வீட்டுக்கு எண்ணெய் ஆட்டிக்கொள்வார்கள். தலைக்காடு தெருக்களுக்குள் சென்றால் எள்ளுப் புண்ணாக்கோ, கடலைப் புண்ணாக்கோ மலிவாக வாங்கிவிடலாம். வேலை செய்யும் வீடுகளில் பெரிதாகக் கணக்கும் பார்க்க மாட்டார்கள். தேங்காய் புண்ணாக்கு மாடுகளுக்குத் தருவதில்லை. உடல் இளைக்கும் என்பார்கள்.

வைக்கோல் இப்பொழுது மிகப்பெரிய பிரச்சனை. நிலம் வைத்திருக்கும் ஆண்டைகள், ஒருபோகம் மட்டும் விளைவதால் வைக்கோலை விற்பது இல்லை. வைக்கோல் கட்டும் இயந்திரம் வந்தபிறகு வெளியூரில் இருந்து வரும் வியாபாரிகளுக்கு நல்ல விலைக்கு விற்றுவிடுகிறார்கள்.

உண்மையில் அறுவடை இயந்திரம் கொண்டு அறுக்கப்படும் வைக்கோலை மாடுகளும் பெரும் விருப்பத்தோடு உண்பதில்லை. இப்பொழுது மாடுகளை வைத்திருப்பது எங்களால் இயலாத காரியம் ஆகிவிட்டது.

விற்றுவிடுவதுதான் தீர்வு. வாங்கவும் யாரும் இல்லை. எங்கும் இதே நிலை. இப்பொழுதெல்லாம் மாடுகளை வாங்குவது தரகு பெருமாள்தான். தலைக்காட்டின் கோனார் தெருவில் கடைசி வீடு அவருடையது. வாரத்தில் ஒருநாள் இந்த லாரி ஊருக்கு வெளியில் நிற்கும். விற்க வேண்டிய மாட்டைச் சொல்லி விட்டால், தரகு பெருமாள் வந்து பார்த்துவிட்டு ஒரு தொகையைத் தருவார். மாட்டின் விலையில் சரிபாதிக்கு குறைவாகத்தான் வரும்.

"அடிமாட்டுக்கு போறது தானே"

என வெற்றிலையை மென்றபடி பணக்கட்டைத் திணித்துவிட்டு, நம்மையே மாட்டை ஓட்டிவந்து அவரது வீட்டில் கட்டும்படி செய்தும் விடுவார். நூற்றி இருபது மாடுகள் சேர்ந்த நாளின் பின்னிரவில் அவை அந்த லாரியில் ஏற்றப்பட்டு கேரளாவிற்கு அனுப்பி விடப்படும்.

அப்போது அடிமாட்டு வண்டியைப் பார்த்தேன். இது பேரழிவின் சகுனம்.

நான் எதுவும் சாப்பிடாமல் இருப்பது அம்மாவிற்கு கோபத்தை ஏற்படுத்தி இருக்கலாம். அவள் கூப்பிடும் சப்தம் கேட்டது. படித்துறையில் இருந்து வெளியேறினேன். மதியப்பொழுதை நெருங்கிவிட்டது. வாசலில் வந்து உட்கார்ந்தேன்.

நான்கு இட்லிகளும் கொஞ்சம் சட்டினியும் மீதமிருந்தது. சாப்பிட ஆர்வமில்லை. பெரியப்பாவைப் பார்த்தேன் வாசல் மேடையில் படுத்துக் கிடந்தார். எழுந்து போய் பார்த்தேன். ஒரு வார உறக்கம் சேர்ந்து இன்றுதான் உறங்குகிறார். அம்மாவிடம் கேட்டேன்.

"சாப்பிட்டாரா?"

"எங்க மூனு இட்லி தின்னுச்சு"

பாவம் அவர். சொம்பில் தண்ணீர் எடுத்து வந்து சாப்பிட உட்கார்ந்து கொண்டேன்.

ஒரு குபீர் சிரிப்பு வாசலில். திரும்பி வாசலைப் பார்த்தேன். தரகு பெருமாள் தான்.

'இவனுக்கு இப்போதைக்கு சாவில்லை' என நினைத்துக் கொண்டேன். அம்மா இரண்டு மாடுகளையும் விற்க முடிவெடுத் திருக்க வேண்டும். இல்லையென்றால் இவன் இங்கு வருவதற்கு வாய்ப்பில்லை. அம்மா உடல் முழுவதும் அச்சத்தையும் நன்றியையும் சேர்த்து அவன் முன் நின்றாள்.

"ஒரு மாடு ஆறு கீத்து ஆகிப் போச்சு வசந்தி, கொம்பு சீவி சிங்காரிச்சி வித்தா ஒரு பன்னெண்டாயிரம் போகும். இன்னொன்னு கறவை நிப்பாட்டி வருஷம் ஒன்னாச்சு. இரண்டுக்கும் இருபதாயிரம்"

மனசாட்சி எதுவும் இன்றி தொகையைப் பேசி முடித்தார். அம்மா என்னிடமும் எதையும் கேட்கவில்லை. பேரம் என எதுவும் பேசவும் இல்லை.

வேதையன் மாமா ஊரில் இல்லை. காளியண்ணன் வழக்குக்காக வெளியில் போயிருக்கு. பெரியப்பா நல்ல உறக்கத்தில் இருக்கிறார். காலையிலேயே இரண்டு குவார்ட்டராவது போயிருக்க வேண்டும். அவரை எழுப்புவது இனி முடியாத காரியம். நான் தடுத்தேன். ஆனால் அம்மாவின் கோபங்கள் எனக்குத் தெரியும்.

"போய் சாப்புடு"

வீட்டின் உட்புறம் நோக்கி கையைக் காட்டினாள். நான் வந்துவிட்டேன். எதுவும் சாப்பிட விரும்பவில்லை. ஆள் வைத்து மாட்டை ஓட்டிக்கொண்டு இருந்தார் பெருமாள். எனக்கு ஆத்திரமாக வந்தது. அழ வேண்டும் போலிருந்தது. மெல்ல அழுதேன்.

மாடுகளின் முழக்கயிறைக் கொடுத்துவிட்டு போகும்படி அம்மா

கேட்டுக்கொண்டிருந்தாள். நெடுநாள் படியளந்த ஜீவன்களைப் பிரிவதில் அவளுக்கும் எவ்வளவு வருத்தமிருக்கும். எவ்வளவுதான் முயன்றாலும் வீட்டின் உள்ளே இருக்க முடியவில்லை. வெளியில் வந்துவிட்டேன். இன்று வேலைக்குப் போயிருக்கலாம். காரியம் முடியும்வரை போக வேண்டாம் என அம்மா தான் தடுத்தாள். மாட்டை வாசலில் இழுத்துக் கொண்டிருந்தார்கள். பரிச்சயமற்றத் தரகர்களைக் கண்டதும் அவை பின்வாங்கின.

ஒருவன் மூக்குச் சரடைப் பிடித்து வலுவாக இழுத்தான். இன்னொருவனை இரண்டொருமுறை காவல் நிலையத்தில் பார்த்திருக்கிறேன். கிளோரியா குச்சியால் ஒரு மாட்டை அடித்து ஓட்டி முன்னேறிக் கொண்டிருந்தான்.

அடி தாளாமல் அவை நடக்கத் தொடங்கின. இனி அம்மா எப்படி அவைகள் இல்லாமல் இருப்பாள் எனத் தெரியவில்லை.

பொதுவுடை வந்து கொண்டிருந்தான். எக்ஸல் பைக் ஒன்றை தவணை முறையில் வாங்கி விட்டு, ஸ்ரீராம் ஃபைனான்சுக்கு பயந்து இப்பொழுதெல்லாம் தலைமறைவு வாழ்வுதான் அவனுக்கு.

அவனுடன் நான் மெல்ல தலைகாட்டின் கிழக்கில் இருக்கும் டாஸ்மாக்கை நோக்கி நடந்தேன்.

“என்ன தர்மா கிழக்கயா ?”

முனியன் அண்ணனும் சேர்ந்து கொண்டது. காலாற பேசியபடியே நடந்தோம். முன்புபோல் உடல் நலமில்லை எனவும் குடிப்பதை நிறுத்திவிட வேண்டும் என்பதையும் ஆறாவது முறையாகத் திரும்பத் திரும்ப சொல்லிக்கொண்டே வந்தது முனியண்ணன்.

“வேற நாட்டுக்குப் போயிடுண்ணே”

பொதுவுடை ஆரம்பித்தான். அவன் இருந்தால் எப்பொழுதும் ஒரு கவுண்டமணி படம் பார்த்த மனநிலைக்கு ஆளாகிவிடுவோம்.

“நாம்ம வாக்களித்த அமைச்சர்களே நம்ம நலனுக்காக ஆளுக்கு மூனு பீர் பேக்டரிய நடத்துறானுங்க, இதுல மதுவிலக்கு கொண்டுட்டு வான்னு அவனுங்களயே கேட்டா என்ன நியாயம்டா தம்பி ?”

முனியண்ணன் இன்றைய மலையேற்றத்துக்கு தயாராகிவிட்டார். நிதி உதவி மட்டும், நான் போல. அவரது ஆதங்கமும் நியாயமானதுதான். பக்கத்து தாலுக்காவில் எதிர்கட்சியின் எந்நாளும் எம்.பியாக இருக்கிறவருக்கு இரண்டு பியர் பேக்டரி இருக்கிறது.

கிராமப்புறங்களில் இருந்து பணியாட்களை ஏற்றிச்செல்லும் வெள்ளை நிறப் பேருந்தை பார்த்திருக்கிறேன்.

அந்தப் பகுதியில் நிலத்தடி நீரெல்லாம் நாற்பது அடியில் இருந்து எழுநூறு அடிக்கு போய்விட்டது. எல்லாம் உறிஞ்சப்பட்டு பேட்டரி ஆசிடோடு கலந்து அந்தப் பகுதியை அழித்தாயிற்று.

ஆளும்கட்சி சட்டமன்ற உறுப்பினருக்கு ஒரு பேக்டரி இருக்கிறது. இதில் யாரிடம் போய் மதுவிலக்கு கேட்பது. அவர் சொல்வது போல மது விலக்குக்கு என்பதைவிட, சொந்த மக்களிடம் இருந்து இப்படி வருவாய் ஈட்டுவது எவ்வளவு கீழ்த்தரமான ஒன்று. அது கிடக்கட்டும்.

வந்துவிட்டது. மனித வாழ்வின் தீவிர துன்பங்களுக்கும் அதீத இன்பங்களுக்கும் மனிதன் தஞ்சமடையும் இடம் வந்துவிட்டது. துயர் மூண்டெரியும் மனிதனுக்காக அறிவிக்கப்பட்ட சரணாலயம்.

* * *

5

படத்திறப்பு முடிந்து ஒரு வாரமாயிற்று.

நான் என்னை எப்படி இதிலிருந்து மீட்டெடுத்தேன் எனத் தெரியவில்லை. நினைக்கும்பொழுது ஆச்சரியமாக இருந்தது, ஆனால் மனித வாழ்க்கை இப்படியான மாற்றத்தை சட்டென ஏற்றுக்கொள்ளவும் செய்கிறது.

காளியண்ணன் இறந்து ஒரு மாதத்தை நெருங்கப் போகிறது. மனிதம் குறித்த சிறு நம்பிக்கையை இந்நிகழ்வு துடைத்தெறிந்து விட்டது என்பேன்.

காலம் ஒரு திறவுகோல். அதுதான் இந்த வாழ்வை எல்லா இழப்பில் இருந்தும் மீள சந்தர்ப்பங்களை தந்துக்கொண்டே இருக்கிறது. சாதிசனம் என வந்தவர்களும் போயாயிற்று. இனி வழக்கு விஷயமாக யாரும் மெனக்கெடக் கூடாது என்பது பெரியப்பாவின் விருப்பமாக இருந்தது.

அவருக்குள் ஒரு விளக்க முடியாத, சொல்லி அழ முடியாத இயலாமை இருந்தது. புத்திர சோகம் என்பார்கள், மகனை பறிகொடுத்த தந்தையின் வாதை. அந்த வலியை அனுபவிப்பது பெருங்கொடுமை.

"கவலை எதுவும் இன்றி இந்த உலகில் வந்து நிறைய கவலைகளை கொண்டு செல்கிறோம் இல்லையா" யதேச்சையாக இந்த வரிகளைச் சொன்னார்.

உண்மை தானே...

பண்ணையார்களுக்கு எதிராக ஒரு காலத்தில் இரவுகளில் அவர்களின் நிலங்களில் போய் செங்கொடியை நட்டுவிட்டு வந்துவிடுவாராம் பெரியப்பா. மறுநாள் காலையில் காவல்துறை, ஆண்டைகளுக்காக வந்து இவரை தூக்கிக்கொண்டு போகும். வீடு வந்ததும், காவல் நிலையத்தில் அடிபட்டு வீங்கிய வீக்கம் வடியும் முன்பாகவே மீண்டும் கொடியை நட்டுவிட்டு வந்துவிடுவார். ஏராளமான போராளிகள் இருக்கிறார்கள். இன்னமும் காலம் ஒரு விலங்கைப் போல பெரியப்பாவின் குரல்வளையை நெரிப்பதை அவரால் தாங்க முடியவில்லை. எங்காவது வேலைக்குக் கிளம்பும்படி என்னிடம் சொல்லத் தொடங்கிவிட்டார்.

கல்லூரி முடித்து நான்கு வருடமாயிற்று. வேலைக்கென எங்கும் போனதில்லை. இந்த ஊர், அதை விட்டால் திருவாரூர் அரசு கல்லூரி, பொழுது போகாத நாளில் வேளாங்கண்ணி. இவைதான் தெரிந்த வெளியூர்கள்.

அறிந்திராத எந்தப் பகுதியும் எனக்கு அச்சம் தரக் கூடியவை. சபரிமலைக்கு போவதற்கு கூட பெரும் அச்சம் இருந்தது. இளமாறன் எத்தனையோ முறை கூப்பிட்டு இருக்கிறான். ஆனால், எனக்கு பயம். நான் மறுத்துவிடுவேன்.

இனி வீட்டில் வெறுமனே இருக்கக் கூடாதென்ற எண்ணம் உறுதியாக இருந்தது. ஒருவகையில் பெரும் சோம்பேறி ஆகிவிடுவேனோ என்ற அச்சமும் கூட இருந்தது. ஒரே ஒரு வேலை மட்டும் எனக்கு மிகக் கச்சிதமாக வரும். அதைக் கொஞ்ச காலமாக செய்வதில்லை.

ஆனால் பொதுவுடைதான் பிடிவாதமாகக் கூப்பிட்டான்.

கிளம்பினோம்.

தலைக்காட்டை கடந்தோம்.

“த்தா வாசிக்க நல்லா இருக்குல்ல” என்றான்.

அவன் காட்டிய பள்ளியின் சுவரைப் பார்த்தேன். நீலவண்ண பின்புலத்தில் வெள்ளை வண்ணத்தில் எழுதி இருந்தார்கள்.

‘கிராமங்கள் இந்தியாவின் முதுகெலும்புகள்’

வாசிக்க நன்றாகதான் இருக்கிறது. ஆனால் இந்த எலும்புகள் மிக பலவீனமானவை. எளிமையான இந்த மனிதர்களிடமும் விவசாயத்திடமும் அவை, ஒருநாள் கைகட்டி நிற்கத்தானே வேண்டும்.

முன்னோர்கள் அப்படி சொன்னபொழுது வேண்டுமானால் அது உண்மையாய் இருந்திருக்கலாம் ஆனால் இன்றைய யதார்த்தம் அப்படி இல்லவே இல்லை.

நிறைய கிராமங்கள் இன்னமும் சாதிய, அதிகார வன்மங்களுக்கு இரையாகிக்கொண்டே தான் இருக்கின்றன. எல்லோரும் பார்த்துக்கொண்டே இருக்கிறார்கள்.

அமைச்சரின் வீட்டின் காம்பவுண்டுக்குள் நானும் பொதுவுடையும் நுழைந்தோம்.

இன்று வேலைக்கு போகலாம் என முடிவெடுத்து அவனோடு கிளம்பி வந்துவிட்டேன். பெருந்திறமைகள் எல்லாம் எனக்கில்லை. எனக்குத் தெரிந்த இரண்டு வேலைகளில் ஒன்று பெயிண்ட் அடிக்கப் போவது. அது ஒன்றும் சிரமமான காரியம் கிடையாது. இன்னொன்று ஆடு வெட்டப் போவது. மற்றபடி வேறொன்றும் தெரியாது.

இன்று அமைச்சர் அன்பழகன் வீட்டில் ஏதோ விசேஷம் போல. ஆடு வெட்டக் கூப்பிட்டிருக்கிறார்கள். பொருளாதார வகையில் இன்று இதில் வருமானம் கூடுதல். அதை வீணடிக்க விரும்பவுமில்லை. தவிர, வீட்டில் இருக்கவும் பிடிக்கவில்லை.

வாசலில் யாரையும் காணவில்லை. இரண்டு பொலீரோக்கள் மட்டும் நின்றிருந்தன. கதவைத் திறந்தோம், வாசற்கதவின் உட்புறமாக இரண்டு போலீஸ்காரர்கள் இருந்தார்கள். அவர்களைப் பார்த்ததும் பொதுவுடைக்கு ஒரு பயம் வந்திருக்க வேண்டும்.

"என்ன வேணும்?"

"ஆடு உரிக்க போறோங்க"

அவன் தானாகவே போலிஸ்காரனின் கேள்விக்கு பதில் சொன்னான். போலீஸ்காரன் பொதுவுடையை விட்டுவிட்டு என்னைத் தடுத்தான்.

அவனுக்கு என்மேல் சந்தேகம் வலுத்திருக்கும் போல. என்னைப் பார்த்து சைகையால் அழைத்தான். அருகில் போனேன்.

அரவமின்றி நின்ற என் கால் முதல் தலைவரை ஒருமுறை பார்த்தான். என் கைலியும் சட்டையும் அவனுக்கு கசப்பாய் இருந்திருக்க வேண்டும்.

"பேர் என்னடா?"

“தர்மன் சார்”

“ஊர் எதுடா?”

“இங்க தாங்க கோட்டகம்”

“பையில என்ன இருக்கு?” அவன் பையைப் பார்த்தான். திறந்து காட்டினேன். அதை ஆர்வமாகப் பார்த்தான்.

பையில் ஒரு துண்டு. அதற்குள் மூன்று கத்திகள் வைத்திருந்தேன். இது யாவும் இக்காலத்தது அல்ல. அந்தக் காலத்தில், என் பூட்டன் ஒருபடி நிலக்கடலைக்கு இதை வாங்கியதாக அப்பா சொல்லியிருக்கு. இப்பொழுது வறுமையின் வலியில் சுருண்டு கிடக்கும் என் வயிற்றுக்கு இன்னும் அதுதான் படியளக்கிறது.

வெட்டுக்கத்தியை எடுத்துத் திருப்பிப் பார்த்தான்.

“ஓ கசாப்பு கத்தி”

அவனுள்ளிருந்து ஒரு நகைப்பொலி வெளியானதை என்னால் உணர முடிந்தது.

“என்னடா இவ்வளவு கனக்குது?”

“இது கறி துண்டு போடறதுக்கானது சார். ஒரு ஒரு கிலோ எடை இருந்தாதான் கொஞ்சம் சீக்கிரமா துண்டு போட முடியும். விசேஷக்கார வீடுன்னா கொஞ்சம் மெதுவா வெட்டி குடுக்கலாம். ஆனா கோயில் கிடா வெட்டெல்லாம் சொன்ன நேரத்துக்கு சீக்கிரமா முடிக்கணும் அதுக்குதான் கொஞ்சம் கனமா இருக்குறத வச்சுக்கிறதுங்க”

அவன் என்னையும் கத்தியையும் ஒருமுறை பார்த்தான்.

அதை இருமுறை திருப்பிப் பார்த்து விட்டு, ஒருமுறை பிடித்து வெட்டுவது போல சைகை செய்து பார்த்தான்.

“வேற என்ன அய்ட்டம் இருக்கு?” அடுத்த கத்தியை எடுத்தான்.

“கூர் கத்தி ஒன்னு பிச்சு கத்தி ஒன்னு இருக்கு சார்”

கையில் எடுத்தவன், கூர் கத்தியைப் பார்த்தான். அது அவனுக்குப் பிடித்திருந்தது. அதன் நீளமும் கருக்கேறிய அதன் வனப்பும் வேட்டையை விரும்பும் எல்லோருக்கும் பிடிக்கும். அதை மெலிதாகத் தடவி பார்த்தான்.

“இது எவ்வளவு வெயிட்டு இருக்கும்?”

“ஒரு கா கிலோ இருக்கும்”

“இத்தனை ஆட்டை வெட்றீங்களேடா பழி பாவத்துக்கெல்லாம் அஞ்சுறதில்ல”

அவன் நகைப்பொலி கூடிற்று. என் பொறுமை எல்லையைக் கடந்தது.

“ஆட்ட சோத்துக்காக வெட்றேங்க. இது பொழப்பு. பழி பாவத்துக்கு நீங்க கவலப்படாதீங்க”

அவன் சிரித்தான், எனக்கு இன்னும் சூடானது.

“நாகூர்ல ரோட்டோரமா ஆட்டோவ நிறுத்துனது தப்புன்னு சொல்லி ஒரு ஏழை டிரைவர கூட்டிட்டு போய் விசாரணைங்குற பேர்ல காட்டுமிராண்டி மாதிரி அடிச்சி கொன்னுட்டு ஆடு வெட்டுறது பாவம்னு நீங்கள்ளாம் பேசுறீங்க பாருங்க, காமெடி சார்”

என் தாடியில் இழையும் மீசையை உதடுகளுக்கு வெளியில் ஒதுக்கியபடி நான் வேகமாகவே சிரித்தேன்.

அவனுள் இருந்து ஒரு கோபம் வந்தது. கோழைத்தனமான கோபம். என்னை வெறித்தான். நான் அவனது பெயரைப் பார்த்தேன். கவனித்த அவன்,

“ஆறுமுகம் டா” என்றான்.

சைரன் அலற ஒரு காவல் அதிகாரியின் வாகனம் வந்து நின்றது. வாசற்கேட்டுக்கு உள்ளே வந்த வாகனத்தில் இருந்து இறங்கி தொப்பியைச் சரி செய்தபடி அருகில் வந்தார். அவருக்கு பருத்த சரீரம்.

“யாருயா இவனுங்க?”

“சார் வெப்பன் சப்ளையர்ஸ்” என்றான் கத்தியை வைத்திருந்தவன். அவர் சிரித்தபடி என்னை நோக்கி வந்தார்.

“அப்புறம் சார். அய்யாவுக்கு லாக்கப் டெத் ஒன்னுக்கு நியாயம் வேணுமாம்”.

அவன் குரலை கடுமையாக்கி அவரிடம் சொன்னான். எனக்கென்ன தெரிந்திருக்க போகிறதென அவர் அதைச் சரியாகக் காதில் போட்டுக்கொள்ளவில்லை.

“ஓ மனித உரிமை ஆர்வலர்களா?”

அந்த உயர் அதிகாரி என்னிடம் வந்தார். எதையும் விளக்கவோ விவரிக்கவோ முடியாமல் நின்றேன். அவர் கத்திகளைப் பார்த்தார்.

“கிடா உரியலுக்காடா?”

பொதுவுடை வேகமாகத் தலையாட்டினான்.

“கத்தி யாருது? எடுத்துட்டு கிளம்பு”

சொல்லிவிட்டு நகர்ந்துவிட்டார். நான் கத்திகளை வாங்கி, துண்டுக்குள் சுருட்டினேன்.

“இடுப்புல சொருகி வக்காதீங்கடா, படாத இடத்துல வெட்டி ஜமீனுக்கு வம்சம் இல்லாம ஆகிட போகுது”

சொல்லிக்கொண்டே ஆறுமுகம் சிரித்தான். எனக்கு கோபம் வந்தது.

“வர்றங்கய்யா”

முந்திக்கொண்டு பொதுவுடை கிளம்ப ஆயத்தமானான். நான் நிமிர்ந்து பார்த்தேன். போலீஸ்காரனும் என்னைப் பார்த்தான்.

“குஞ்சு பத்திரம் டா”

அவனை முறைத்தேன். அறைவது போல சைகை காட்டினான். அமைதியாக திரும்பி நடந்தோம். அவர்கள் சிரித்தார்கள். சிரிப்பொலியைக் கேட்ககேட்க ஆத்திரம் கூடியது.

“பேசாம வாடா”

என்னை இழுத்துக்கொண்டு வேகமாக நடந்தான் பொதுவுடை. சூழ்நிலை தீவிரமாவதை அவன் உணர்ந்திருந்தான். அமைச்சரின் வீட்டுக் கொல்லை மிகப்பெரியது. தலைக்காட்டின் கடைசி வீடும் அவருடையது தான். அதைத் தாண்டிய கிராமமே அவர் நிலங்கள் மட்டும்தான்.

தூரத்தில் ஒரு குளம் தெரிந்தது.

அந்தக் கரையில்தான் கிடா உரியல். சின்ன வயதில் அப்பாவுடன் இங்கு இதே வேலைக்கு வந்த ஞாபகம். அந்தச் சூழலும் ஞாபகங்களும் என்னை அச்சம் கொள்ள வைத்தன. அங்கு அமைச்சர் அன்பழகன்

நின்று கொண்டிருந்தார். பொதுவுடை அவருக்கு ஒரு பெரிய கும்பிடைப் போட்டு வைத்தான்.

"என்னடா நல்லா இருக்கியா?" புன்னகையோடு கேட்டார்.

"அய்யா எல்லாரும் நல்லா இருக்குறோம்" என்றான். அவர் என் பக்கம் பார்வையைத் திருப்பினார். அவர் கேட்கும் முன்பாக பொதுவுடையே சொன்னான்.

"அய்யா! நம்ம வண்டி கணேசன் மகனுங்க"

அவருக்கு ஞாபகங்கள் பின்னுக்குப் போயிருக்க வேண்டும். வெள்ளைத்தலையை இரண்டுமுறை தடவிக்கொண்டார்.

"நம்ம சகல வீட்டு வேலைக்கு வல்லத்துக்கு போனப்ப கணேசன் செத்தது. அப்ப பெருசா தகவல் வளர்ச்சியில்ல. ரெண்டு நாளு கழிச்சுதான் தகவலே வந்துச்சு. அம்மா பேரு வசந்தி தான. நல்லா இருக்காளா?"

'அவனுக்கு இவ்வளோ பெரிய மவனா!' என்று அவருக்கு ஆச்சரியமாக இருந்திருக்க வேண்டும். அல்லது கணேசன் குடும்பத்தில் இன்னுமெல்லாம் ஆட்கள் இருக்கிறார்களா என்ற எண்ணமாக இருக்க வேண்டும்.

"அம்மா நல்லா இருக்கு சார்"

"என்ன படிச்சிருக்க?"

"பி.ஏ. சார்"

"உனக்கு ஏன்டா இந்த வேலையெல்லாம்? கருமம் புடிச்ச பயலுவ. அவனுக்கு வேற வழியில்ல. நீ படிச்சிருக்க, வேற எங்காவது வேலவெட்டிக்கு போக வேண்டியதுதான?"

சொல்லிவிட்டு நேராகப் பார்த்தார். எனக்கு என்ன பதில் சொல்வதென தெரியவில்லை.

"அடுத்த வாரம் நம்ம ஊராட்சி கல்யாண மண்டபத்துல, வேலை வாய்ப்பு முகாம் ஒன்னு நடக்குது. மொத நாள் வந்து ஞாபகப்படுத்திட்டு போ, சொல்லி உடுறேன். கணேசன் இல்லன்னா, சகல அன்னிக்கே போயிருப்பான்யா"

பக்கத்தில் இருந்தவரிடம் பேசியபடி அவர் வேகமாக மூச்சை இழுத்து நடந்தார்.

அந்தக் குளமும் அந்த இடமும் மாறாமல் அப்படியே இருந்தது. முன்னே அங்கு ஒரு கிணறு இருந்தது. இந்தக் கொல்லைதான். தேடினேன் காணவில்லை. சின்ன வயதில் பார்த்தது.

ஆனால், அப்பொழுது அவர் கவுன்சிலர் கூட கிடையாது. ஒரு பதினெட்டு வருடக் காலத்தில், இப்போது ஏறக்குறைய ஊரே அவருடையதுதான். வாசல் வரை போன அன்பழகன் என்னைப் பெயர் சொல்லி அழைத்தது கேட்டதும் வேகமாகப் போய் நின்றேன்.

“உங்க வீட்ல கூட துக்கம் தான ? காரியம் முடிஞ்சுதா ?”

“ஆச்சுங்க. இன்னும் ரெண்டு நாள்ல முப்பதுக்கு கும்பிடணும்”

“காளி உனக்கு என்ன வேணும் ?”

“பெரியப்பா வூட்டு அண்ணன்ங்க”

“சரி போ வேலைய போய் பாரு” சிரித்துக்கொண்டே வந்திருந்தவர்களிடம் நலம் விசாரித்தபடி போய்விட்டார்.

நான் வேலைக்காக இளமாறனிடம் சொல்லி வைத்திருந்தேன். அவனும் இந்த ஆண்டுதான் கல்லூரி முடித்திருந்தான். இதுநாள்வரை சேர்ந்தே இருந்திருந்துவிட்டு பிரிவது சிரமம் என்பதால்தான் நானும் எதுவும் தேடவில்லை. சேர்ந்து எங்கயாவது வேலைக்கு போவோம் என்பான் அவனும். இந்த வைகாசியோடவாது ஒரு வேலைக்கு கிளம்பணும்.

நான் அலைபேசியை ஒருமுறை நோட்டம் விட்டேன். பொதுவுடைக்கு கோபம் வந்திருக்க வேண்டும்.

“வந்து தொலைடா சாமி” என்றான்.

கொல்லையில் அருகருகே மரங்கள் இருப்பதால் கிட்டி போட்டு கட்ட வேண்டிய அவசியம் இல்லை. இரண்டு மரத்துக்கு நடுவே கனமான சவுக்குக் கம்பை கட்டிக் கொண்டிருக்கும்போதே வர வேண்டியது வந்து சேர்ந்தது.

ஆளுக்கு ஒரு குவார்ட்டர், தலைக்காடு பாய் கடை புரோட்டா நாலு. வேறு எதுவும் சாப்பிட்டால் சீக்கிரம் பசி எடுத்துப் போகும். புரோட்டா என்றால் கொஞ்சம் மைலேஜ் ஓடும்.

“ஊறுகாய மறந்துட்டானுவோ”

கடகடவென தன் பங்கை முடித்துவிட்டு சாப்பிடத் தயாராகி விட்டான் பொதுவுடை. நானும் தயாராகி விட்டேன்.

மனிதனுக்குள் என்பதைவிட, எனக்குள் எப்பொழுதும் ஒரு பேரமைதிதான் ஒளிந்திருக்கும். என்னுடைய பிரகடனத்தை அது ஒருபோதும் மீறியதில்லை. ஆனால் இந்த வெளியில் சுதந்திரமாய் திரியும் ஒரு ஜீவனை வேட்டையாடும் ஓநாயாக மாறும் என் மனநிலையை இந்த குவார்ட்டரின் மிடறுதான் தீர்மானிக்கிறது. எல்லோருக்குள்ளும் சந்தர்ப்பத்தைக் கையாள தீக்கனவுகள் நிச்சயம் உள்ளிருந்து வழிகாட்டும்.

ஆறு கிடாக்கள். ஆளுக்கு ஒவ்வொன்றாக ஆரம்பித்தோம் கால்களைப் பிடிக்கச் சொல்லி சங்கை வரிசையாக அறுத்துவிட்டான் பொதுவுடை. கழுத்தை அறுக்கும்பொழுது உணவுக் குழாயை கவனமாக இறுக்கிக்கொள்ள வேண்டும். இல்லையென்றால், அது தின்ற இரையும் மாவு போல கரைந்து ரத்தத்தோடு வந்து விடும். அதன்பின் ரத்தம் சமையலுக்கு ஆகாது. அப்படி, ரத்தம் சமையலுக்கு ஆகாமல் போய்விட்டால் இதுமாதிரியான விழாக்களில் பிரச்சனை ஆகிவிடும்.

நல்ல கிடா. ரத்தம் மட்டுமே ஒரு லிட்டருக்கு இருந்தது. ஒவ்வொன்றும் குறைந்தது பதினெட்டு கிலோ இருக்கலாம். ரத்தக் கிண்ணத்தில் கொஞ்சம் உப்பைப் போட்டு வைத்துவிட்டால் அது உறைந்துக் கட்டியாகி விடும். கல்லுப்பை போட்டுவிட்டு, இடுப்பில் துண்டை இறுக்கமாக கட்டிக்கொண்டேன். பொதுவுடை எவ்வளவு உப்பு போடுவது என்றான்.

‘இந்தச் சமவெளியை நினைவுகூறும்படி நிரம்பிக் கிடக்கும் ரத்தத்தில் நானே கல் உப்பைத் தூவுகிறேன். ரத்தம் உறைந்து இறுகுகிறது, இந்த வண்ணத்துக்கும் வாசத்துக்கும் களைத்துக் கிடந்த சமருக்கு கோழையான ஓநாய்கள் நாவின் நீட்சியைத் துழாவியபடி கிளம்புகின்றன. இது நீங்காத சாபம்’

கல்லூரி காலத்தில் எழுதிய ஒரு கவிதை ஞாபகத்துக்கு வந்தது. என் கண்களும் கலங்குவது ஆச்சர்யமாக இருந்தது.

நானே கல் உப்பை அவனுக்கும் தூவினேன்.

கிடாவின் பின்னங்கால்களைக் கட்டி, மரத்தில் தூக்கிக் கட்டினான் பொதுவுடை.

எனக்கு, அப்படி கட்டி உரிப்பது வழக்கம் இல்லை. ஆட்டின் கால் நரம்பைக் கண்டு அதற்கும் எலும்புக்கும் நடுவில் கயிற்றைக் கோர்த்து கட்டுவேன். நாலுபேர் பிடித்து இழுத்தாலும் நரம்பு மட்டும் அறுபடாது.

பின்னங்கால் முட்டியைக் கிழித்து கூர்கத்தியால் கீறி, தோலை உரிக்கத் தொடங்கினேன். என்னைவிட பொதுவுடை வேகம். அவன், கறி ஊக்கைத் தூக்கிக்கட்டி சப்பைகளை வெட்டத் தொடங்கிவிட்டான். குடலை கழுவுவதற்கு நீண்ட நேரம் எடுக்கும். அதைத் தனியாகப் பிரித்து வைத்தது பக்கிரி அண்ணன்.

நான் ஆட்டுத் தோலுக்காக கவனமாக அறுப்பேன். உப்புப் போட்டு பதம் பண்ணிவிட்டால் கும்பகோணம் பாய் வண்டி, மாதம் ஒருமுறை வரும். அவரிடம் முன்னூறுக்கோ நானூறுக்கோ விற்று விடலாம். கோயிலில் வெட்டுப்படும் கிடாத் தோல் சரியாக விலை போகாது. பொறுமையாக உரித்து எடுக்கும் தோலுக்குத்தான் நல்ல விலை. தவில் செய்ய இந்தத் தோலுக்கு நல்ல கிராக்கி.

ஆறு சாண் நீளத்துக்கு ஆட்டுத்தோல் இருந்தால் நல்ல விலை போகும். கோயில் வெட்டுக் கிடாக்களில் ஐந்து சாண்தான் தேறும். அதுவும் கோயிலில் வெட்டுவது அந்தந்த சாதிக்காரர்கள்தான். உரிப்பது மட்டும் எங்கள் வேலை. அதனால் குற்றமில்லை. கோயிலில், கூலியாக தலையையும் தோலையும் மட்டும் கொடுப்பார்கள். வேறு கூலி எதுவும் தரமாட்டார்கள். இது மாதிரியான இடங்களில்தான் வருமானம் என ஏதாவது வரும்.

பச்சை மட்டை ஒன்றை இருபுறமும் முடைந்து பக்கிரி அண்ணன் விரித்து வைத்தது. நான் துண்டுகள் போட்டு கறியை அதில் அடுக்கத் தொடங்கினேன். சிறிய வயதில் பனை மட்டையால் ஆன பெரிய முறத்தில் கறியை நிரப்புவார்கள் அதை, 'குடலை மட்டை' என்பார்கள். இப்பொழுதெல்லாம் முடைவதற்கு எளிதாக இருப்பதால் பச்சை மட்டைதான்.

ஒவ்வொரு கிடா முடிந்ததும் தோலை விரித்து உப்பு நிரப்பி கால்கள் பகுதியை உள் பக்கமாக மடித்து, நான்காக மடித்து வைத்துவிடுவேன். வெட்டுக்கத்தியை கூர் தீட்டிக்கொண்டிருந்தான் பொதுவுடை.

அது மஹாராஜபுரம் கத்தி அவ்வப்பொழுது கூர் வைக்கணும். 'என்னுது காக்கரை கோனார் அடித்து கொடுத்தது' என்பார் அப்பா. ஒருமுறை கருக்கு தீட்டினால் ஒரு ஆட்டுக்கு தாங்கும். செம்மறி ஆடுகள் என்றால் கஷ்டம். நாகையின் சில விசேஷங்களுக்கு உரித்திருக்கிறேன். ஒரு உருப்படிக்கு மூன்றுமுறை கூர் வைக்க வேண்டும்.

ஒரு முறை செம்மறை ஆட்டுக் கறியை வயிறு முட்ட சாப்பிட்டு ஒத்துக்கொள்ளவில்லை. மஞ்சளைக் கரைத்துக் கொடுத்தார்கள்.

வயிற்றுப் பிரச்சனைகள் தீர்ந்தாலும், ஆறு மாதங்கள் வரை அமாவாசை இரவுகளில் தோல் அரித்துத் தடிக்க ஆரம்பித்துவிடும்.

ஆனால், குறாள் ஆடுகள் சுவையாகத்தான் இருக்கும். குறாள் என்றால் குட்டியீனாத பெண் ஆடுகள். குட்டியீன்ற ஆடுகளில் கொழுப்பு குறைந்துவிடும்.

உச்சி வெயில் கடைசி ஆட்டை உரித்துக் கொண்டிருக்கிறேன். இன்னும் ஒரு மணிநேரத்தில் வேலை முடித்துக் கிளம்பிவிடலாம். பட்டை கிராம்பு நெய்யில் பொரியும் வாசம் காற்றில் பரவுகிறது.

"சாப்டுட்டு போலாமா பங்காளி?"

பொதுவுடைதான் ஆசையைத் தூண்டினான். மதியம் கடந்துவிட்டது. இன்னொரு குவார்ட்டர் ஆளுக்கு ஒன்றைக் குடித்துவிட்டு தோலை அலசி எடுத்து மடித்துக்கொண்டு சமையற்கட்டு பக்கம் போய் நின்றுகொண்டோம். ராம்நாட்டு பாய் சமையலாம்.

பிரியாணியும் குழம்பும் நெய்சாதமும் கடக்கும்போதெல்லாம் பசியை இன்னும் இன்னும் கூட்டிற்று. குடல் கறி, கடந்தபொழுது அப்படி ஒரு வாசம்.

"எலும்பு இல்லாம எவ்வளவு பீசு கிடக்கு தெரியுமா பங்காளி?"

"சரி வீட்ல ராவைக்கு சமச்சிக்கலாம் கெளம்பு"

"சாப்டுட்டுதான் போறோம்" பிடிவாதமாக நின்றான் பொதுவுடை.

தண்ணீர் கொண்டுவந்து ஊற்றுவது முதல் இலைகள் வாரி, கொண்டுவந்து கொட்டுவது வரை அவனுக்கும் சரியான வேலை. அவன் பேரலில் தண்ணீர் நிரப்ப மட்டும் என்னை நிற்க வைத்திருந்தான். நேரம் நிற்கவில்லை. மணியும் நான்கைக் கடந்துவிட்டது. போதைத் தெளிந்து இன்னும் சாப்பிட வந்துகொண்டே இருந்தார்கள்.

ஆறு மணியிருக்கும்.

"ஏன்டா பொதுவுட இன்னும் சாப்பிடலையாடா?"

கரிசனமாக வந்து கேட்டார் சூனா. அவர்தான் அன்பழகனின் வலது கரம்.

"இன்னும் இல்லிங்கயா"

அவன் பசியில் வேகமாக அந்த வார்த்தையை சொன்னான். எனக்குத் தெரியும். இப்படி ஓர் அக்கறையில், இங்கு யார் வந்து கேட்டாலும் எல்லோரும் சாப்பிட்டு முடித்து தேவையானதை எடுத்துக்கொண்ட பின்னர் இன்னும் மிச்சம் இருக்கிறது என அர்த்தம்.

ஒன்று, எங்களிடம் தர வேண்டும் அல்லது குழி வெட்டிக் கொட்ட வேண்டும். அங்கேயே உட்கார்ந்து சாப்பிட முடியாத ரெண்டுங்கெட்டான் நேரம். ஒரு பையில் அல்லது பாலிதீன் சாக்கில் கட்டிக்கொள்ளலாம். பொதுவுடை பெரிய பை நிறைய கட்டிக் கொண்டான். நான் மறுத்துவிட்டேன்.

கூலி போதுமானது.

ஆட்டின் தலையில் ஒன்று மட்டும்தான் தந்தார்கள். யாருக்கோ வேண்டும் என வாங்கிக் கொண்டார்கள். புது சலவை நோட்டு இரண்டாயிரத்தை கையில் கொடுத்தார் சூனா. வீட்டுக்குக் கிளம்பினேன். பசி மெல்ல உயிர்க்கத் தொடங்கியது. இரண்டாயிரத்தை சில்லறையாக்க விருப்பம் இல்லை.

இரவு வீட்டிற்கு வந்து ஆட்டின் தலையை வெட்டி, பொதுவுடைதான் சுத்தம் செய்தான். ஆட்டின் தலையை வெட்டி உரிப்பது சிரமமான காரியம். அலுப்பான வேலையும் கூட. ஒரு வாரம் ஆகிற்று வீட்டில் எல்லோரும் முழுதாய் சாப்பிட்டு.

வாசலில் இளமாறன், வேகமாக ஒரு கானா பாடலைப் பாடினான். எப்பொழுதாவது அவன் பாடிக் கேட்கலாம். கூட தெருப் பசங்களும் சேர்ந்தால் இன்னும் அதகளம் ஆகும். பக்கிரி அண்ணனும் சேர்ந்தால் பறையிசையும் பாட்டும் இன்னும் சூடுபிடிக்கும்.

சாமியாட்டம், துள்ளிசை, உயிர்ப்பிசை என பக்கிரி அண்ணனின் இசை அப்படி இருக்கும். இளமாறனின் இன்றைய கச்சேரிக்கு, வேதையன் மாமா ஊரில் இல்லாததும் ஒரு காரணம். இரண்டாவது, அவன் பாடினால் பெரியப்பா குழந்தையாகிவிடும். அவன் பாடிக்கொண்டு இருந்தான். லதா சிறுகுழந்தை போல கையைத் தட்டி ரசித்துக் கொண்டிருந்தாள்.

இன்று காலையில் பஞ்சாயத்தில் புது தெரு விளக்கு மாற்றி இருந்தார்கள். தெரு வெளிச்சத்தில் எல்லோரும் கூடி விட்டார்கள். நல்ல கச்சேரி, கொஞ்சம் இயல்பு நிலைக்கு மாறியதைப் புரிந்து கொள்ள முடிந்தது. பெரியப்பா சுருட்டைப் புகைத்தபடி அவன் பாடுவதை ரசித்துக்கொண்டிருந்தார்.

எல்லோரும் ஒன்றாகத்தான் சாப்பிட்டோம். அம்மா அப்படி சமைக்கும் சமயத்தில் தெரு திரும்பும்போதே தெரிந்துவிடும். மீன் பிடிக்கும் காலம் வந்து விட்டால் அவ்வளவுதான். வீடே வாசமாக இருக்கும்.

இன்று இரவு சீக்கிரம் வந்துவிட்டதை போலிருந்தது. வேதையன் மாமா தெருவுக்குள் வரும் சப்தம் கேட்டதும் கச்சேரி முடிவுக்கு வந்தது.

பக்கிரி அண்ணன், தப்பை எடுத்து தீயில் வாட்ட வைக்கோல் எடுக்க போனது. எப்பொழுது வீட்டுக்குப் போகும்போதும் ஒருமுறை இறங்கி விசாரித்து விட்டுதான் போகும் மாமா. இன்று கறி குழம்பு வாசம் வேறு. தாண்டிப் போக வாய்ப்பில்லை. வாசலில் இருந்து உள் வரும்போதே லதா ஓடிப்போய் அவரைக் கட்டிக்கொண்டாள்.

அந்த இரவு மறக்க முடியாத நிம்மதியான இரவு.

வாழ்வதற்காக ஒவ்வொரு நாளும் வருந்தி வருந்தியே ஆயுளை முடித்துக்கொள்ளும் எம் மக்களின் அந்தத் தெரு அழகாக நீண்டு இருந்தது. இங்குள்ள ஒவ்வொரு குடும்பமும் என்னுடைய சொந்த பந்தங்கள்.

ஒவ்வொருவரிடமும் துறையல்லாத பன்முக உழைப்பு உண்டு. அதைத் தின்று செரிக்க கட்சிகளும், டாஸ்மாக்கும், தின தவணைக்காரர்களும், பணம் கட்ட முடியாவிட்டால் குடும்ப அட்டையை பிடுங்கிக்கொள்ளும் சிறு நுண் கடன் நிறுவனங்களும் என்னுடைய... ஏன் எல்லோருடைய குடும்பங்களையும் மெல்ல சீரழிக்கின்றன.

இந்த இரவில் தெரு அழகாக இருந்தது. அதில் காலாற நடக்க வேண்டும் போல இருந்தது. நடந்தேன்.

* * *

6

NH-7. எனக்கு இடதுபுறம். அது ஓசூரை நோக்கி நீண்டிருக்கிறது.

இந்த ஊர், அதன் பருவ நிலை, ஆடிக்கால மழை, எனது வேலை யாவும் எனக்கு புதிது. என்றாலும்கூட இந்த இடமும் வேலையில் ஒரு பதவியும் அதில் இதுநாள் வரை கண்டிராத ஒரு பொறுப்புணர்வும் என அழகாய்தான் இருக்கிறது வாழ்க்கை.

எதிர்காலம் பற்றிய பயங்கள் என்று எதுவும் இல்லை. இந்த வசிப்பிடத்தை நிர்வாகத்தில்தான் கொடுத்தார்கள். இதைச் சுற்றியிருக்கும் செந்நிற வயல்வெளிகளில் முட்டைகோசுகள் அழகாக விளைந்திருக்கின்றன. பார்ப்பதற்கு ஒரு புத்துணர்வை தந்துக்கொண்டே இருக்கிறது.

கடந்த இரண்டு மாதமாக இந்நிலப்பரப்பை கடக்கும் போது ஒரு குளுமையை உணர்கிறேன். எனக்கு ஓர் உற்சாகம் ஊற்றெடுக்கிறது. அதற்குக் காரணமாக ஒரு காதல் இருந்தது.

இன்று வாரத்தின் முதல் நாள்.

இங்கிருந்து நான் பணிபுரியும் அந்தக் கார் நிறுவனத்தின் விற்பனை அலுவலகத்திற்கு இரண்டு கிலோமீட்டர்கள் தூரம்வரை போக வேண்டும். தினமும் நான் கடந்து போகும்பொழுது அந்த ஓடுகள் வேய்ந்த தேவாலயத்தில் இருந்து நற்செய்திகளை வாசிப்பார்கள். நான் ஒவ்வொரு நாளும் அவற்றைக் கேட்ட வண்ணம் நடக்கிறேன்.

கடவுளின் மீது எனக்கும் பெரிய நம்பிக்கையில்லை. காலாதிகாலமாக இந்த சமூகத்தில் தனக்கான உரிமைக்கும் வாழ்வுக்கும் போராடுகிறவனால் கடவுளுக்காகவெல்லாம் காத்திருக்க முடியாது. என்னிடம் ஒரு சைக்கிள் இருக்கிறது. தக்காளிகள் விளைந்துக் கிடக்கும் இந்த நிலத்தின் வழியாக அதில் பயணிப்பேன். இந்த வாழ்வுக்கு ஒரு சுதந்திரமும் பற்றும் விதைக்கும் ஒரு காலம் இப்பொழுது என்னுள்ளும் கடக்கிறது.

இதோ அவள் தான்.

அவளுடைய இருசக்கர வாகனத்தின் ஹாரன் சப்தம் அவள் வருவதை நெடுந்தொலைவுக்கு முன்பே அறிவித்து விடும். அந்த ஹாரன் சப்தத்தை மிகச்சரியாக இந்த இடத்தை கடக்கும் முன் தினமும் கேட்டுவிடுவேன்.

இன்றைய நாள். இதோ, இப்பொழுது அந்த ஹாரன் அறிவிப்போடு ஆரம்பிக்கிறது.

அவள் கடக்கும்பொழுது ஒரு மெல்லிய கணத்தில் சட்டெனப் பார்த்துவிடுவாள். மஞ்சள் நிற அலுவலகப் புடவையில் தவிர வேறு உடையில் நான் அவளைப் பார்த்ததில்லை.

சிந்து என்ற அவளின் முதல் பெயரை மட்டும்தான் ஞாபகத்தில் வைத்திருக்கிறேன். அதற்கு பின் ஒரு சாதிப்பெயர் வரும், உச்சரிக்க வராது.

ஒரு மாதிரியாகத் தமிழ் பேசுவாள். தெலுங்கு நீங்கிய தமிழில் அவளுக்கு பேச இயலாது. இப்போது அவள் என்னைக் கடக்கும் நொடிக்காகக் காத்திருக்கிறேன்.

அவளுக்குக் கீழ் பணிபுரியும் பணியாளன் நான். அவள் வாடிக்கையாளர் சேவை மேலாளர். நான் சேவை மைய அழைப்பாளர். வாகனங்களைப் பராமரிப்புக்கு எடுத்துவரச் சொல்லும் வாடிக்கையாளர்களுக்கு நினைவுறுத்தும் பணி. அலுவலகத்துக்கென இரண்டு வெளிர் நீல சட்டைகள். அதிலென்ன அழகு காட்ட இருக்கப் போகிறது எனக்கு.

அவள் பணிக்கு வராத ஒருநாள் உள்ளுக்குள் ஏதோ எரிந்தது போலிருந்தது. அந்த ஒருநாள் தவிப்பில் மறுநாள் நானே சொல்லி விட்டேன்.

சொன்னேனில்லையா, ‘கடவுளின் நற்செய்திகள்’

கல்லூரிக் காலங்களில் கூட இதையெல்லாம் யோசித்ததில்லை. அந்தியில் நியான் விளக்குகளில் நிரம்பி கிடக்கும் இந்த நெடுஞ் சாலையில் வைத்துதான் சொன்னேன். சீற்றங்கொண்ட கண்களோடு கடந்தவள், ஒருவார காலம் கழித்து என்ன நினைத்தாளோ தெரியவில்லை, சம்மதித்துவிட்டாள்.

இந்த இரண்டு மாதங்களும் காதலும் காதல் நிமித்தமுமாக நேரம் போவது தெரியவில்லை.

அலுவலகம் வந்து விட்டது. பத்து நிமிடங்கள் நான் தாமதம். அவள்தான் வாசலில் நின்றிருந்தாள்.

வார ஆரம்ப நாளில் தாமதமாக வந்தவர்களுக்கு வகுப்பு எடுத்துக் கொண்டிருந்தாள். நான் வழக்கம் போல கடைசி பெஞ்ச். நின்று கொண்டேன்.

"உங்களுக்கு புரியுதா தர்மா?"

அவள் அழுத்தி கேட்கும்போதுதான், நான் தாமதமாக வந்தது எனக்கு உரைத்தது. வலுவாகத் தலையாட்டினேன். டிவீஎஸ் நகர்வரை ஒரு காரை சர்வீஸ்க்கு எடுத்துவரச் சொல்லி அனுப்பி வைத்தார்கள். காலையில் எல்லோருக்கும் இதுதான் வேலை. இதில் பதவி பேதமெல்லாம் கிடையாது.

ஊரில், டாடா ஏஸ் ஓட்டிய அனுபவம் உண்டு. இங்கும் ஓட்டக் கைகொடுக்கிறது. மேலும் தினமும் காலையும் மாலையும் ஐம்பது ரூபாய் பேட்டா கிடைக்கும். போனவாரம் ஓசூர் நகரத்தைக் கடக்கையில் ஒரு விபத்தில் சிக்கி கொண்டேன்.

என் மீது எந்தத் தவறும் இல்லை. எதிரில் வந்தவருக்கு ஏதோ அவசரம் போல. ஒரு குறுக்குச் சந்தில் இருந்து வந்து காரின் முகப்பு விளக்கின் மீது சரியாக மோதினார். முகப்பு விளக்கு உடைந்து விழுந்தது. சட்டெனக் கூட்டமாக கூடினார்கள்.

அவருக்கு ஓர் அறுபது வயதிருக்கலாம். அங்கு அவர் ஏதோ இரும்புக் கடை நடத்துகிறவர் போல. கூட்டம் கூடிற்று. வந்தவர்கள் என் கார் சாவியை பிடுங்கிக்கொண்டார்கள். அவர் தலையில் இருந்து ரத்தம் வழிந்தது.

எங்கிருந்தோ வந்த இருவர் என்னைத் தாக்கத் தொடங்கினார்கள். நான் தடுக்க முயன்றும் ஒருவன் மீண்டும் மீண்டும் அறைந்தான், கொடூரமான தாக்குதலாக இருந்தது.

முகப்பு விளக்கு புதிதாக மாற்ற எப்படியும் இரண்டுமாத சம்பளம் தேவைப்படும். என்னை அவரது இரும்பு கடையில் உட்கார வைத்துவிட்டு, அலுவலகத்திற்கு அழைத்துச் சொன்னார்கள்.

அந்தப் பெரியவருக்கு பெரிய அடியும் இல்லை. போன பதினைந்து நிமிடத்தில் மருத்துவரைப் பார்த்துவிட்டு வந்துவிட்டார்.

போலீஸ் வந்தது. என் மீது வழக்கு பதிந்தார்கள். சிந்துவும் பணிமனை மேலாளரும் வந்த பின்னர் பிரச்சனை முடிவுக்கு வந்தது. கூட்டத்தில் அவளுக்கு ஓர் உறவினர் இருந்தார். எனக்காக அவள்தான் பேசினாள். அவள் சரமாரியாக தெலுங்கும் தமிழும் மாறி மாறிப் பேசினாள்,

நானொரு பலமிக்கவன் என நாம் நம்புவதை இந்த அவசரக்காலங்கள் பராமரிக்க விடுவதில்லை. வழக்கை திரும்பப் பெற்றுக்கொண்டார்கள். அவள்தான், காரின் உரிமையாளரிடம் பேசினாள். இரண்டு நாள் அவகாசமும் கேட்டாள். வேலை தப்பித்தது. ஒருவழியாக, அவள்தான் என்னைக் காப்பாற்றினாள்.

அந்த நிகழ்வுக்குப் பிறகு இன்றுதான் மீண்டும் பிக்கப் எடுக்கப் போகிறேன். எப்படியும் பிக்கப் எடுத்துவிட்டு கம்பெனி திரும்ப மணி பதினொன்று ஆகிவிடும்.

அப்புறம் ஒரு நூறு பேருக்கு அழைத்து கம்பெனி பராமரிப்புக்குச் சலுகைகள் தருவதாக சொல்ல வேண்டும். அப்புறம் சாப்பாடு. அதன் பிறகு புதிதாக வாகனங்களின் சிறப்பான மதிப்பெண்ணுக்காக, வாடிக்கையாளர்களை நேரில் பார்த்து குறைகள் இருக்கும்பட்சத்தில் அதை சரிசெய்து அவர்களிடம் ஐந்து நட்சத்திர மதிப்பெண்ணுக்காக எழுத்து மூலமாக எழுதி வாங்கிக்கொள்ள வேண்டும்.

ஒருமுறை வாகனம் இலவசமாக வாட்டர் வாஷ் செய்து கொள்ள கூப்பன் வழங்கினாலே பெரும்பாலும் இந்தப் பிரச்சனை முடிந்துவிடும்.

நான்கு மணி வாக்கில் கிளம்பி ஒரு காரை வாடிக்கையாளரிடம் விட்டுவரச் செல்ல வேண்டும். ஏழு மணிவாக்கில் அறைக்குப் போய்விடுவேன்.

இதனால் ஒருநாளில் நூறு ரூபாய் கம்பெனியில் இருந்தும் வெகுமதியாக வாடிக்கையாளரிடமிருந்து ஒரு நூறும் கிடைத்துவிடும். என்னுடைய செலவுகளை இதில் தாராளமாக சமாளித்துக்கொள்ள முடியும். சம்பளத்தை வீட்டுக்கு அனுப்பிவிடுவேன்.

புதிய கார்களை டெலிவரி கொடுக்க, கொண்டு செல்லும்பொழுது ஐநூறு ரூபாய் நிச்சயம் தேறிவிடும். நீண்ட நாட்களாக விபத்து வழக்கில் கிடந்த வண்டியின் முகப்பு விளக்கை கழற்றி நான் உடைத்த வாகனத்தில் அவள்தான் பொருத்தித் தரச்சொல்லி இருந்தாள். பிரச்சனையும் முடிவுக்கு வந்தது. நான் ஒரு பலம் பொருந்தியவனெல்லாம் இல்லை. மிக பலவீனமானவன் என்பதை அவள் என் கண்கள் நீர் கோர்த்திருந்ததை வைத்து கவனித்திருக்கலாம்.

நான் 'நன்றி' என்று அனுப்பியக் குறுஞ்செய்திக்கு, 'லவ் யூ' என பதில் அனுப்பி இருந்தாள்.

என் கருத்த கைகளை ஒருமுறை விரித்துப் பார்த்தேன். தன் புருவங்களை மேலே தூக்கி என்ன என்பது போல் கேட்டாள்? நான் சிரித்து வைத்தேன். சங்கதி என்னவென்றால் எனக்கு முகத்தை மூடிக்கொண்டு ஒருமுறை அழ வேண்டும் போல இருந்தது.

லேசான சாரலை இந்த வயற்காடு முகமூடியைப் போல போர்த்தி இருக்கிறது. இந்நொடியில் என்னிடம் எதுவும் கிடையாது. ஆனால் எல்லாம் இருப்பது போல உணர்கிறேன். சமயங்களில் சோம்பலில் மாதக்கணக்கில் உழைக்காமல் கிடந்திருக்கிறேன். அதேபோல் ஒருநாளில் பதின்மூன்று மணி நேரம் வரை கடுமையாக உழைக்கவும் செய்கிறேன்.

ஆனால், நான் இந்த வாழ்வை முதன்முறையாக ஆசையாகப் பார்க்கிறேன். அம்மா, லதாவைக் கடந்து ஒரு பெண் என் வாழ்வை கவனித்துக்கொள்வாள் என நம்புகிறேன்.

இரவு நற்செய்திக்கான மணியோசை ஒலிக்கிறது.

ஆண்டவர் உங்களோடு இருப்பாராக —

ஆமென்.

தென்பெண்ணை ஆற்றில் இருக்கும் கெலவரப்பள்ளி அணையில் தண்ணீர் நின்று ஓடுவதை பார்த்துக் கொண்டிருப்பேன்.

ஊரில் இது மாதிரியான தேக்கங்கள் இருந்தால் நன்றாக இருக்கும். எல்லா வருடமும் தண்ணீர் கடலில் கலந்து வீணாகப் போய்விடுகிறது. இருக்கிற அணைகட்டுகளுக்கும் காய்ச்சல் அதிகமாக இருப்பதாக முதல்வர் நேற்றுதான் சொன்னார். நான் இந்த அணையை தொட்டுப் பார்த்தேன். காய்ச்சல் எதுவும் இல்லை. இத்தகைய காரணங்களை ஆராய்ந்தறியும் அறிவை அவருக்குத் தந்த கடவுளுக்கு நன்றி.

வாடிக்கையாளரைப் பார்க்கப் போவதாக சொல்லிவிட்டு இங்கு வந்துவிடுவது வாடிக்கை. கில்லுவின் வீடு இங்குதான் இருந்தது. கில்லு அலுவலக உதவியாளன். எனக்கு வாடிக்கயாளரைப் பார்க்க மட்டும் ஒரு இரு சக்கர வாகனம் கொடுத்திருந்தார்கள்.

அவனை இங்கு அழைத்து வருவதற்கு ஒரு காரணமும் உண்டு. அவன் வீடு இங்குதான் இருக்கிறது. அணையின் இடதுபுறம் மரங்கள் விரிந்து கிடக்கும் நிலப்பரப்பில் அமைதியாக இருக்கிறது அவனது அகதிகள் முகாம் வீடு.

கில்லுவின் பெற்றோர்கள், அவன் பிறப்பதற்கு முன்பே தொண்ணூறுகளில் போருக்குத் தஞ்சமாக இங்கு வந்துவிட்டார்கள். அவனது வீட்டுக்கு ஒருமுறை போயிருக்கிறேன்.

வௌவால்கள் அடைந்துக்கிடக்கும் ஒரு பெரிய புளியமரத்தின் கீழ் இருக்கிறது அவனது வீடு.

சிறிய மண் வீடு. அதில் ஒரு பக்கம் முழுவதும் கடந்த ஆண்டு மழையில் விழுந்துவிட்டிருந்தது. கீற்றுகள் கணிசமாக உதிர்ந்துவிட்டிருந்த அந்தக் கூரையின் மீது தார்ப்பாய் ஒன்றை விரிந்துக் கட்டியிருந்தார்கள்.

அவனுடைய உறவினர்கள் சிலர் போச்சம்பள்ளி, ஊத்தங்கரை முகாமிலும் இருக்கிறார்கள். அந்த பக்கம் எதுவும் மார்க்கெட்டிங் என்றாலும் கில்லுவுடன்தான் போவேன்.

தனக்குள் இருக்கும் துயரின் வேர்களை அவன் அவர்களைப் பார்க்கும் அந்த நொடியில் மறந்துவிடுவான். எனக்குள்ளும் ஆழப் புதைந்த ஒரு வலி இந்த நொடியில் இப்பரப்பில் நிற்கும்பொழுது கொஞ்சம் மறந்துபோகும். மரங்களைச் சுற்றி கட்டைகள் உண்டு. மணிக்கணக்கில் உட்கார்ந்திருப்பேன்.

கர்நாடகாவில் இருந்து ஒரத்தூர் வழியாக வரும் இந்த ஆற்றில் ரசாயனங்களைக் கலந்துவிடுவதால், அணையில் இருந்து வெளியேறும் நீர் நுரையாகி காற்றில் பஞ்சுபோல பறந்து கொண்டிருந்தது. அதை குழந்தைகள் எடுத்து விளையாடிக் கொண்டிருந்தார்கள். இதை, யாரும் கேட்பது போலவும் தெரியவில்லை.

கில்லு சிறுவயதில் இப்படித்தான் நுரை பந்துகள் பிடிக்க ஓடி விளையாண்டதாக சொன்னான். முன்பு இங்கு நூற்றைம்பது குடும்பங்கள் இருந்ததாகவும், இப்பொழுது கணிசமானவர்கள் மீண்டும் இலங்கைக்கே திரும்பிவிட்டதாகவும் சொல்லியிருக்கிறான்.

தாழ்வான அந்தப் பகுதியில் நீர் ஆங்காங்கு நிரம்பி கிடந்தது. அவர்களுக்கு எந்த அடிப்படை வசதிகளும் கிடையாது. முப்பது ஆண்டுகளைக் கடந்த அவர்களுக்கு குடியுரிமை அல்லது இரட்டை குடியுரிமை கேட்டு அவர்களும் சலித்து விட்டார்கள். கடந்த வாரம் கூட ஒருநாள் விடுப்பில், ஆட்சியர் பிரபாகரனிடம் மனு அளிப்பதற்காக கில்லு போயிருந்தான்.

“என்னடா கலெக்டர் குடுத்துட்டாரா?” என்றபோது,

“அண்ணே அவரு பேர பாத்தியா?” என கண் சிமிட்டினான்.

கில்லுவின் குடும்பமும் சுக்குநூறாக உடைந்து கிடக்கிறது. தன்னுடைய அப்பாவை அவனும் அத்தனை வழிகளிலும் தேடித்தான் பார்க்கிறான். சமூக வலைதளங்களின் வழியாக இப்பொழுதும் அவன் தினமும் தேடிக்கொண்டே தான் இருக்கிறான்.

பத்தாண்டுகளுக்கு முன்பு பெங்களூரில் ஒரு தரகர் மூலம் ஆஸ்திரேலியாவில் தஞ்சம் புக போனவரை, கர்நாடக போலீஸ் இந்தோனேஷியாவில் வைத்து பிடித்திருக்கிறார்கள். ஒரு வருடம் கழித்து முகாமுக்கு வந்திருந்தவரை, மறுநாளே க்யூ பிரிவு கர்நாடக போலீஸார் விசாரணைக்கென்று கூட்டிச் சென்று எட்டு வருடங்கள் ஆயிற்று.

கில்லு, அணையின் மதகிலிருந்து ஓடும் நீரை வெறித்துப் பார்த்த வண்ணமிருப்பான். நுரைகள் காற்றில் பறக்கின்றன. எப்பொழுதாவது அவன் அழுதும் பார்த்திருக்கிறேன்.

ஒரு சராசரி மனிதனை தடம் மாற்ற என்ன வேண்டும்? வறுமை, தனிமை. இங்கு, இதெல்லாம் இரண்டாம்பட்சம். இந்த அரசு, ஆளும் வர்க்கம், கடத்தல்காரர்கள் இவர்களுக்கு இங்கு பிரதான பங்குண்டு. இந்த அணை முகாமிலிருப்பவர்களுக்கு ஒரு மிகப்பெரிய இளைப்பாறுதல்.

இதிலிருந்து மீன் பிடிக்கிறார்கள். அதிலும் உள்ளூர் பிரச்சனைகள் நிறைய உண்டு என்றான் கில்லு. மதியநேரத்து வெயில் உலக்கைப் போல இருந்தது. அவனுக்கு ஒரு தங்கை இருந்தாள். பாகலூரில் ஒரு நூற்பாலையில் பணியில் இருந்தாள். ஒரு பத்து நாட்கள் இருக்கும் அவள் இறந்து போய்.

அவள் வாழ்வு வலிகளால் மட்டுமே நிரம்பியது அவளுக்கு தினக்கூலி அடிப்படையிலான வேலை. அவள் பதினாறு வயதில் காதல் வயப்பட்டிருந்தாள். அவளைக் காதளித்தவனும் அதே

நூற்பாலையில் சாய நீரைச் சுத்திகரிக்கும் பிரிவில் வேலையில் இருந்தான். பாறைமலை கோயிலில் ஒருமுறை இருவரையும் பார்த்துவிட்டு, கில்லு அவனுடனான தர்க்கத்தின் முடிவில் அவனை அடிக்கவும் செய்திருக்கிறான். சிலநாட்களில் கில்லுவின் தங்கை தற்கொலை செய்துகொண்டாள். கில்லு, வழக்குக்காக சில நாட்கள் அலைந்தான்.

அவளை ஏமாற்றிய குற்றத்தில் அவளைக் காதலித்தவனை சேலம் சிறையில் அடைத்தார்கள். அதன் பிறகு ஒருபோதும் கில்லு சிரித்து நான் பார்த்ததில்லை. தன் அம்மாவைப் பார்க்க இது மாதிரியான பகல்பொழுதில் அவன் என்னை அவ்வப்போது கூட்டி வருவதுண்டு,

முகாமில் ஓர் உணவகம் இருக்கிறது. அங்கு சாப்பிடப் பிடிக்கும். எனக்கு, இப்போதெல்லாம் பசியைத் தாங்க முடிவதில்லை.

மாலையில், ஒரு வாகனத்தை வேலை முடித்து ஒப்படைக்க வேண்டி இருந்தது. ஆனால் வேலை முடியவில்லை. நான் கேண்டீனில் உட்கார்ந்திருந்தேன். பணிமனையின் கடைசியில் இந்த கேண்டீன் இருக்கும். எங்களுக்கு எல்லா உணவுகளும் சலுகை விலையில் கிடைக்கும் இடம்.

சிந்து புறப்பட்டு போவது தெரிந்தது. ஏழு மணிக்கு முன்பாக அவள் புறப்பட வாய்ப்பில்லை. இன்று சீக்கிரம் கிளம்பிவிட்டாள். வண்டிகள் கிளம்பிய பின் அறைக்கு கிளம்பினேன். யோசனையாக இருந்தது. அறைக்கு வந்து விட்டேன்.

வெள்ளிக்கிழமை அலுவலக வாசலில், பொங்கல் தந்துக் கொண்டிருந்தார்கள். வெள்ளி மட்டும் இங்கிருக்கும் விநாயகருக்கு சிறப்பு கவனிப்பு உண்டு.

சிந்துவின் வண்டி நின்றது. மெல்ல கீழ்த்தளம் போனேன். வாடிக்கையாளர் அறையில் உட்கார்ந்துகொண்டு அங்கே உள்ள பெரியத்திரையில் ஓடும் சினிமா பாடலைப் பார்த்த வண்ணமிருந்தாள்.

நான் அந்தத் திரையைப் பார்த்தேன். அதில், கடலோர கவிதைகள் படப்பாடல் ஓடிக்கொண்டிருந்தது. ராஜாவின் ராஜாங்கம். சின்னப்ப தாஸ், சங்கு ஒன்றை ஆசையாக ஜெனிபருக்கு கடலில் இருந்து எடுத்துவந்து தரும் காட்சி. தோல் நீக்கி சதை நீக்கி சுத்தமாக பாலிஷ் செய்யபட்ட சங்கு அது.

"அது எப்டிங்க கடல்ல இருந்து எடுக்குற சங்கு பாலிஷ் பண்ணி இவ்வளவு அழகா இருக்குது?"

“எனக்கெல்லாம் எந்த பிரச்சனையும் இல்ல, ஒரு சின்ன கிளிஞ்சல் போதும். சுத்தம்லாம் கூட பண்ண வேணாம் சார்”

சொல்லிவிட்டு அவள் என்னை ஆழமாகப் பார்த்தாள்.

“அப்படியா டீச்சர் ஒரே ஒருநாள் லீவ் தாங்க ஒரு மூட்டை கட்டிட்டு வந்திடலாம்”

“கால நேரம் வரும் தாஸ் நானே சொல்றேன்”

என்னுடைய டீச்சர் சொல்லிவிட்டுப் போய்விட்டாள்.

சின்னப்ப தாஸ் ஓடிக்கொண்டிருந்தார்.

இந்த உலகில் வாழ, நான் அவளின் அன்பையும் இந்த உலகிற்கு எடுத்துச் செல்ல வேண்டும். தாஸண்ணன் வெட்கத்தில் நெளிந்தார், எனக்கு வரவில்லை.

அதன் பிறகு மூன்று நாட்கள், நான் அவளைப் பார்க்கவில்லை. ஊரிலிருந்து அம்மாவுக்கு உடம்புக்கு ஆகவில்லையென அழைப்பு வந்தும் நான் ஊருக்கு போகவில்லை. விசாரிக்கக் கூட சரியாக முடியவில்லை. சிந்துவின் எண் அலுவலக எண்தான். அதையும் இங்கு கொடுத்துதான் விடுமுறை சொல்லி போயிருக்கிறாள். எனக்கு இன்று அறைக்குப் போகவேண்டும் போலிருந்தது. போய் விட்டேன்.

புதன் காலையில், வேலைக்கு கிளம்பும்போது தான் அந்த அழைப்பு வந்தது. புதிய எண் திரையில் ஔிர்ந்தது. அவள் தான்.

“பகல் பன்னெண்டு மணிக்கு சந்திக்கணும் முடியுமா?”

நான் கில்லுவின் வீட்டுக்கு அருகில் வரச் சொன்னேன். இன்று எந்த வண்டியும் பிக்கப் எடுத்து வரப் போகவில்லை. பதினொரு மணியிருக்கும். தளி வரை ஒரு வாடிக்கையாளரைச் சந்திக்கப் போக இருப்பதாகச் சொல்லி கிளம்பினேன்.

பதற்றமாக இருந்தது. அவளுடைய கோபங்கள் எனக்கு நன்றாகத் தெரியும்.

கில்லுவை துணைக்கு அழைத்துக்கொண்டேன். எனக்குள் ஓர் இனம் புரியாத ஆர்வம் ஊற்றெடுக்கிறது. பன்னிரண்டு மணிக்கு முன்பாகவே முகாமுக்கு பக்கத்தில் இருக்கும் டீ கடைக்கு வந்துவிட்டேன்.

அந்த அணைக்கட்டின் மதகு சாலைக்குள் நுழைய, ரசீது வாங்கிக்கொண்டேன்.

நீண்டிருக்கும் அந்தச் சாலையில் கடைசியாகப் போய் உட்கார்ந்தேன். அரைமணி நேரம் தாமதமாக வந்தாள். அவளிடம் அவசர நடவடிக்கைகள் வெளிப்பட்டன. அவளுடன் பேசி, ஒரு முடிவுக்கு வர ஒரு மணிநேரம் தேவைப்பட்டது.

ஆசையா பேராசையா என எனக்குத் தெரியவில்லை. நற்செய்தி தான். அவளின் நற்செய்தி. காதலோடு இந்த நிலப்பரப்பைக் கடந்து போய்விடலாமா எனக் கேட்டாள். சரியெனச் சொல்ல பயமாயிருந்தது. முதன்முறையாக, இது சாத்தியமா? எனத் தோன்றியது.

என்னிடமிருந்து அன்பு மட்டுமே போதுமானது என்பாள். முதன்முறை பயம் வந்தது. என் குடும்பம், பொருளாதாரம் எதைப் பற்றியும் அவள் காதில் வாங்கவும் இல்லை. விரும்பவும் இல்லை. முகாமில் இருவரும் சாப்பிட்டோம்.

கில்லுதான் அவளிடம் பேசினான். முகாமுக்குப் போய் தன் நண்பனின் பைக்கை வாங்கிக்கொண்டு என்னுடன் திரும்பினான். ஒரு கடையில் நிறுத்தி அங்கிருந்த நண்பனின் முகவரியில் ஒரு சிம்கார்டை வாங்கித் தந்தான். எனக்கு பயம் மெல்ல துளிர்விட்டது.

அவளின் குடும்பத்திற்குத் தெரிய வந்தால் ஆபத்து என்பதை மட்டும் தெளிவாகச் சொன்னான் கில்லு. அவளுக்குப் பூர்வீகம் சித்தூர் பக்கம். இங்கு வசிப்பது பெரியம்மாவின் வீட்டில் என முன்பே சொல்லி இருந்தாள். இந்த நொடியில், அவளுடன் கிளம்பிவிட வேண்டும் என உறுதியாய் இருந்தேன்.

அலுவலகம் வந்துவிட்டு நேராக அறைக்கு வந்தேன். பையைத் தயார் செய்து வைத்துவிட்டு, பேரண்டபள்ளி நெடுஞ்சாலைக்கு வந்தேன். கில்லு வந்துவிட்டான். கில்லு, வர வேண்டிய இடம், நேரம் குறித்து அவளிடம் போனில் பேசினான்.

கடைசியில் மாலை ஏழு மணிக்கு சூலகிரி அருகில் உள்ள ஹிந்துஸ்தான் ஆயில் நிறுவன பங்கிற்குப் பக்கத்தில் இருக்கும் ஒரு உணவகத்திற்கு வந்துவிடுவதாக உறுதியானது. எனக்கு வீட்டின் நிலை, சாதிய பிரச்சனைகள், அவசரப்படுகிறோமோ எனும் எண்ணங்கள் எல்லாம் இப்பொழுதுதான் வரத் தொடங்கியிருந்தது.

மாலை ஆறு முப்பதுக்கு நான் அந்த இடத்திற்கு வந்து விட்டிருந்தேன், அவளைப் பார்க்க ஓசூருக்கு போன கில்லு அவளைப் பேருந்தில் ஏற்றிவிட்டு அவளின் இருசக்கர வாகனத்தை விற்றுவிட்டு பின்னால் வந்துக்கொண்டிருந்தான்.

ஏழு மணிவாக்கில் அவள் வந்து விட்டாள். அரைமணி நேரத்தில் கில்லுவும் வந்துவிட்டான். முப்பதாயிரம் பணத்தை அவளிடம் கொடுத்தான். அவள் அவளது அலைபேசியை அணைத்துவிட்டாள். நான் என் எண்ணை மாற்றினேன்.

ஒரு நீலவண்ண அரசுப் பேருந்தில் சேலத்துக்கு ஏறிக்கொண்டோம். இளமாறனுக்கு மட்டும் தகவல் சொன்னேன். அவனுக்கு மகிழ்ச்சி.

"ஊர என்னடா பன்றது?" என்றான். பாத்துக்கலாம் வேற வழியில்லை என முடிவெடுத்தேன். சாதகங்களை மட்டும் பேசியிருக்கிறேன். சொல்லி இருக்கிறேன். ஆனால், இதனால் என்னென்ன பாதகங்களும் வரும் என்பதை நான் யோசிக்கும் மனநிலையில் இல்லை.

கிருஷ்ணகிரி வரும்வரை அமைதியாகவே வந்தாள். எதுவும் பேசவில்லை, வேடிக்கைப் பார்த்தாள். அழுதாள். என்னைப் பார்ப்பாள், கேசத்தை சரி செய்வாள். சேலத்தில் இருந்து ஒரே இருக்கை. நிறைய பேச இருந்தது. பேசினோம், எனக்கு நினைவுகள் மெல்ல ஊருக்கு திரும்பத் தொடங்கின.

'நாளை காலை என்ன நடக்கும்?'

திருச்சி வந்தபோது அதிகாலை மூன்று மணி. துவாக்குடி டோல்கேட் அருகில் இறங்கிவிடுமாறு, வெற்றி சொல்லி இருந்தான்.

இறங்கியபோது, மணி நாலை கடந்துவிட்டது. அவனது நண்பர் காரில் ஏற்றிக்கொண்டு காலை எட்டு மணியிருக்கும்போது கோட்டகம் வந்துவிட்டான்.

தெருவில் இறங்கும்போது யார் முகத்தைப் பார்ப்பதற்கும் எனக்கு அவமானமாக இருந்தது. அவளுடன் என்னைப் பார்த்து அம்மா அழ ஆரம்பித்ததும் கூட்டம் சட்டென கூடிவிட்டது. அவளுக்கு இது எதுவும் புரியவில்லை. இந்தத் தெருவை, வீடுகளை, மக்களை ஆச்சர்யமாகப் பார்த்தாள்.

வேதையன் மாமா வந்ததும்தான் எனக்கு உயிர் வந்தது. தெரு கூடிவிட்டது.

"வேலைக்கு போறது காதலு கருமம்னு கூட்டிட்டு வந்துர்றது"

அத்தைக்கு இவ்வளவு கோபம் வந்து நானே பார்த்ததில்லை. நான் வாசலில் உட்கார்ந்துவிட்டேன். இளமாறன் வந்துவிட்டான். பெரியப்பாவுக்கு இன்னும் நடந்தது விளங்கவில்லை. அவள்

வீட்டிற்குள் போய் உட்கார்ந்து கொண்டாள். அம்மா அழ அழ, அவளும் அழ ஆரம்பித்தாள்.

கில்லுவை தூக்கிச் சென்று காவல் துறை கவனித்ததில், காலை பத்து மணிக்கெல்லாம் சுமார் எட்டு கார்கள் ஊருக்குள் புகுந்தன. சிந்துவின் பெரியப்பா தொழில் ரீதியாக ஆளுங்கட்சிக்கு நெருக்கமானவர்.

ஒரு போலீஸ் வாகனத்தில் எங்களை அழைத்துக்கொண்டு தலைக்காடு காவல் நிலையம் போனார்கள். கவுன்சிலிங்கை காவல்துறை ஆரம்பித்தது. சிந்துவை அவளின் பெரியப்பா பலமாக அறைந்தார். அவள் மூர்ச்சையானாள். நான் அவளைத் தூக்கப் போனேன்.

என் சட்டையைப் அவர் பிடித்து இழுத்தார். எனக்கு கோபம் அதிகமானது. அவர் என்மீது கோபத்தில் இருப்பது நியாயம்தான் எனப்பட்டது. என்னை விசாரிக்க வந்த ஆய்வாளருக்கு நான் ஏற்கனவே பரிச்சயமானவன்.

"அட நம்ம வெப்பன் சப்ளையர்"

அவருக்கு நான் சிக்கியதில் சந்தோஷம்.

"என்ன டக்ளஸ் அண்ணே மேல்சாதில நல்ல வசதியான பொண்ணாப் பாத்து தூக்கியிருக்குறீங்க? இதுக்குன்னு ஒரு கட்சி இருக்குமே அவனுங்க யாரும் வர்லியா?"

வாசலைப் பார்த்துவிட்டு என்னை பலமாக அறைந்தார்.

முகத்தில் விழுந்த அறையில் ஒரு நிமிடம் ஒன்றுமே புரியவில்லை. அப்படி ஓர் அறை. இரண்டு நிமிடங்கள் எதுவும் நினைவில் இல்லை. விழித்தபோது வாசலில் ஊர் கூடிவிட்டது. என்மீது, ஆட்கடத்தல் வழக்கைப் பதிவும் செய்திருந்தார்கள்.

"நாங்க மேஜர் இது எங்க விருப்பம்" என சிந்து வேகமாகக் கத்தினாள், அவர்கள் அதைக் கேட்கவில்லை. அவளது பெரியப்பா அவளைக் கூட்டிப் போவதிலேயே குறியாக இருந்தார்.

வேதையன் மாமா அவருடைய கட்சி முழுவதையும் கூட்டிவந்து நிறுத்தியிருந்தார்.

ஆய்வாளர் பேச்சு வார்த்தைக்கு வந்தார்.

"ஒழுங்கு மரியாதையா விட்டுட்டு கிளம்பிடு டக்ளஸ¬, அது ரொம்ப வசதியான இடம். அவ அப்பனுக்கு கடப்பா கல்லு

ஏத்துமதி பிசினசு. அவ வேற சாதி. உன் சாதி உன் அந்தஸ்து என்ன? அந்த புள்ள அந்தஸ்து என்ன? எதுக்கு வம்பு? நாள பின்ன உங்க அண்ணன் மாதிரி உன்னையும் போட்டானுங்கன்னா என்ன பன்றது? சொல்லு” அமைதியாகக் கேட்டார்.

“டக்லஸு! இல்ல நானே ஏதாவது வழக்குல உன்ன தூக்குனா என்ன பண்ணுவ? போலீஸ்ல சிக்குனா போலீஸா மனசு வைக்காம நீ வெளில நடமாட முடியாது. சொல்றதக் கேளு, இதுல கையெழுத்து ஒன்னு போடு, நானும் விட்டுடுறேன். நீயும் கிடா வெட்டுக்கு கிளம்பிடலாம்”

என்னால் பதில் பேச முடியாத வலி. நான் நேரத்தைக் கடத்தினேன், சிந்துவின் பெரியப்பா அவளிடம் அழுதுகொண்டிருந்தார்.

ஊர் கூடிற்று. மாற்று வழி இல்லாமல் ஆய்வாளருக்கு அழுத்தமும் கூடியது. இரண்டு மணிநேரப் போரட்டம். அன்பழகன் சூனாவை நேரடியாகவே அனுப்பி இருந்தார். வேதையன் மாமாவுக்கு அவருக்கும் அன்பழகனுக்குமான பிரச்சனையாக மாறுவதை அவர் விரும்பவில்லை. காவல் நிலையம் நிரம்பியது.

தங்களுக்கும் சிந்துவுக்கும் எந்த சம்பந்தமும் இல்லையென அவர்கள் எழுதி, சிந்துவிடமும் எழுதி வாங்கிக்கொண்டார்கள். இரண்டு நாளில் திருமணம் செய்து வைத்துவிடுவதாகவும், அதற்கு தான் பொறுப்பு என வேதையன் மாமாவும் எழுதிக் கொடுத்தார். என்னிடம் கையெழுத்து வாங்கிக்கொண்டார்கள். என்னால் நடக்க முடியவில்லை. வீட்டிற்கு வந்தபோது மணி இரண்டைக் கடந்துவிட்டது. நான், மருத்துவமனைக்குப் போனேன். சிந்துவை இளமாறன் வீட்டில் விட்டிருந்தார்கள். நான் திரும்பிவர மாலை ஆனது.

“அது படிச்ச புள்ள. இங்க தங்க வேணாம். கல்யாணம் முடிஞ் சா நீ நாகப்பட்டணத்துல ஒரு வீடு எடுத்து தங்கிக்கய்யா. ரெண்டு பேரும் வேலைக்கு போங்க. இப்ப அந்த புள்ளய திருவாரூருக்கு செல்வி வீட்டுக்கு அனுப்பிடலாம்”

சரியென பெரியப்பா ஒத்துக்கொண்டார்.

மாலை கிளம்பும்போது, அவளை விட்டுவர வேதையன் மாமாவே கார் எடுத்துக்கொண்டு அத்தையோடு போனார்.

“ஏன்டா இந்த வேண்டாத வேலை?”

தலையில் அடித்தபடி பெரியப்பா நகர்ந்தார், மாமாவால் அதைச் சொல்ல முடியவில்லை. அம்மா அழுதாள். இரவெல்லாம் அழுதாள். அவளிடம் இருந்து அழுகைகளும் வலிகளும் தப்பிச் செல்ல இயலாது. என்னுடைய தவறுகள் அல்லது முடிவுகள், பெரும் பாரமென அவளுக்குள் மாறிவிட்டது. அப்பாவும் அதைத்தான் கொடுத்தார். அவளுக்கு ஆயுளுக்குமான வலி.

இது என் பங்கிற்கு. அவள் சந்தோஷத்திற்கான பாதைகளை நாங்கள் யாரும் திறக்க விடவில்லை.

ஒரு மெல்லியத் துயரின் வேர் உள்சென்று அறுவுகிறது. 'நல்ல நாள் பார்த்து எட்டுக்குடியில கல்யாணத்த வச்சிடலாம்' என அத்தை சொல்லிவிட்டு சென்றிருந்தது.

லதா வந்து மடியில் படுத்துக்கொண்டாள். ஐந்து மாதங்கள் பிரிந்திருந்த கஷ்டம் அவளுக்கு. நான் தாக்கப்பட்டிருக்கிறேன் என்று அவளுக்கு நன்றாக புரிந்திருந்தது. அவள் என் கன்னங்களைத் தடவினாள். 'வலிக்கிறதா?' என சைகையில் கேட்டாள். இவள் மட்டும் நலமாகி இருந்திருந்தால் எவ்வளவு பெரிய ஆறுதலாக இருந்திருக்கும்.

"எந்தாயீ..."

பெருங்குரலில் அவளைக் கட்டிக்கொண்டு அழுதேன். அம்மா எழுந்துவந்து எங்களைக் கட்டிக்கொண்டாள். அவள் அழுகையும் கூடியது.

இது ஆயுளுக்குமான வலியின் இரவு.

* * *

7

கஜா.

"ஒரு வேள கேப்டன் மாதிரி புருவத்த சுருக்கி அடிக்குமோ மாப்ள?" இளமாறன்தான் காலையில் எழுப்பினான்.

"புயல் வருமாடா?" எழுந்தபடி கேட்டேன்.

"நாம் பொறந்ததுல இருந்து இவனுங்க சொல்லி என்னைக்கு அடிச்சிருக்கு, வருஷத்துக்கு பத்து தடவ பொம்பள புள்ள மாதிரி உண்டாயிருக்குன்றானுங்களே தவிர சரியா என்னைக்காவது சொல்லி இருக்கானுங்களா சொல்லு. ஒரு வாரமா நகருது நகருதுன்றானுங்க. அடிக்குமா அடிக்காதான்னு அவனுங்களுக்கே உறுதியா தெரியல. இதுல வாரத்துக்கு ஒரு அலர்ட்டு வேற. மீன் புடிக்க கடலுக்கு போனவனுங்க ஓட்டம் சரியில்லனுதான் சொல்றாங்களாம். பாக்கலாம். அத்த டீ தண்ணியா போட்ட? நானும் இவனும் கிளம்பணும்"

"அவன் எங்கடா, அந்த புள்ளயப் பாக்கவா?"

அம்மாவுக்கு ஏனோ முகம் மாறியது.

"இல்லத்த அந்த புள்ள ராத்திரி ஏதோ வயித்த வலிக்கிதுன்னுச்சாம். காலைல வலி கொஞ்சம் கூடிடுச்சாம். பக்கத்துல மெடிக்கல் காலேஜ் இருக்குள்ள, அங்கன பாப்பா கூட்டிட்டு போறேன்னா, போயி ஒரு எட்டு எட்டிட்டு வந்திர்றேன்"

"என்ன ஆச்சுடா?" நான் பதட்டமானேன்.

"இவ்வளவு தூரம் வந்திருக்கு, பிரச்சன வேற. பட்டினியும் வேற அதுனால ஏதாவது இருக்கும். மத்தபடி வேற எதுவும்னா நீ தான் மச்சான் சொல்லனும்"

கண் சிமிட்டியபடி சொன்னான்.

"சீ கிளம்பு"

நான் வேறெதையும் யோசிக்கவில்லை. அவள் போன் இன்னும் 'ஆன்' செய்யவில்லை. செல்வியிடம் பேசி அவளிடம் பேசினேன். அதிகாலையில் இருந்து வலப்புற வயிற்றில் வலி எனச் சொன்னாள். மருந்துகள் இப்போது கொடுத்திருப்பதாகவும் சரியாகவில்லை என்றால் பார்த்துக்கொள்ளலாம் எனச் சொன்னதாகவும் சொன்னாள்.

சீக்கிரம் வந்து விடுவதாகச் சொல்லிவிட்டு வைத்தேன்.

மருத்துவக் கல்லூரி வளாகத்தின் மாடியில் இருந்து வெளியில் பார்த்தேன். லேசாக இருட்டியிருந்தது. மழை வர வாய்ப்புகள் இல்லை. ஆனால் வரவேண்டும் போலிருந்தது. மாமாவும் அத்தையும் ஊருக்கு கிளம்பினார்கள்.

சிந்துவுக்கு ஸ்கேன் எடுக்க இங்கு இயலாது என்றார்கள். அவள் உட்கார முடியாமல் அந்த வரண்டாவிலேயே படுத்துவிட்டாள். அந்தக் கோலத்தை என்னால் சகிக்க முடியவில்லை.

மூன்று மாதமாக இங்கு, இயந்திரம் வேலை செய்வதில்லை என்றார்கள். கமலாலய குளம் அருகில் உள்ள ஒரு பரிசோதனை நிலையத்தைப் பரிந்துரைத்தார்கள். அவர்கள் ஏற்கனவே அறுபது பேர் காத்திருப்பதாக சொன்னார்கள். ஆனாலும் பெயர் பதிவு செய்துகொண்டேன்.

ஆட்டோ நிற்கும் இடத்திற்கு அவளை அழைத்து வர, அங்கே பணியாளர்கள் யாரும் இல்லை. குறைந்தபட்சம் சக்கர நாற்காலிகள் கூட இல்லை. நான் கைதாங்கலாக அவளைப் பிடித்துக்கொண்டேன்.

கீழ்த்தளம் வர அவ்வளவு சிரமம் இருந்தது அவளுக்கு.

தனியார் பரிசோதனைக் கூடத்தில் அவளை உடனேயே அனுமதித்துவிட்டார்கள். அரை மணிநேரத்தில் ரிப்போர்ட்டையும் கொடுத்தார்கள். அவளுக்கு குடல்வால் அழற்சி இருந்தது. உடனடியாக

அகற்ற வேண்டும் என்றார்கள். இன்னொரு ஆட்டோவைப் பிடித்து அவளை ஏற்றிக்கொண்டு மருத்துவ கல்லூரிக்கு விரைந்தேன்.

இந்த திருவாரூரில் பசியும் பட்டினியுமாக எவ்வளவோ நாட்கள் அலைந்திருக்கிறேன். இந்த அவஸ்தை கொடிது. அவள், என் மீது சாய்ந்துகொண்டாள். எதற்கும் கலங்காதவள் இப்படிச் சோர்ந்து கிடப்பது அவ்வளவு வேதனையாக இருந்தது.

உள் நோயாளியாக அவளை அனுமதித்துக்கொண்டார்கள். என்னை உள்ளே அனுமதிக்கவில்லை. செல்வி வந்துவிட்டதால் எனக்குக் கொஞ்சம் சிரமமில்லாமல் இருந்தது. தவிர, அவள் இருந்தால் சிந்துவுக்கும் வசதியாக இருக்கும். அவள் காலையில் இருந்து சாப்பிடவில்லை. நான் வெளியில் வந்தேன். வானம் மேகமூட்டமாகவே இருந்தது.

புயல் ஐந்து கிலோமீட்டர் வேகத்தில் கரையை நெருங்குவதாக ஒரு வாரத்திற்கும் மேலாக, சொல்லிக்கொண்டிருக்கிறார்கள்.

செல்விக்கு போன் செய்தேன். டாக்டர் இன்னும் வரவில்லை என்றாள்.

மருத்துவக் கல்லூரியில் கூட்டம் அதிகம் இருக்கும். ஆனால், வசதிகள் இல்லை. பெரும்பாலும் அவசர நோயாளிகளை தஞ்சாவூருக்கு அனுப்பிவிடுவார்கள். இங்கு பார்ப்பதில்லை. மீண்டும் மேல்தளத்துக்கு வந்தேன்.

நேற்றைய பிரச்சனையில் அடிபட்ட வலி இன்று வலுவாக வலித்தது. தாடை ஒரு பக்கம் வீங்கி இருப்பதை நன்றாக உணர முடிந்தது. கழுத்தை இயல்பாக அசைக்க முடியவில்லை. விலாவில் நல்ல வலி. பூட்ஸ் கால் மிதித்த இடத்தில் கை வைத்தாலே வலித்தது. முதலில் சிந்து குணமாகி வரட்டும். பிறகு ஒருநாள் பொதுவுடையோடு வந்து எனக்குப் பார்த்துக்கொள்ளலாம் என நினைத்தேன்.

அவள் இந்தச் சூழலை எப்படி எடுத்துக்கொண்டாள் என இன்னும் அவளோடு பேசக்கூட முடியவில்லை. நேரே காவல் நிலையத்தில் இருந்து செல்வி வீட்டுக்கு வந்துவிட்டாள். இன்று மருத்துவமனை அலைச்சல். சரியாகச் சொல்வதென்றால் சாப்பிட்டு முழுவதாக இரண்டு நாள் ஆயிற்று.

வார்டுக்கு வெளியில் நின்றுகொண்டேன். செல்வி வந்தாள்.

“வீட்டுக்குப் போ, காத்தால வா, ராவைக்கு நான் இங்க இருந்துக்கிறேன், டாக்டர் வரட்டும் நான் உனக்கு போன் பண்றேன்”

எனக்கு பயமாக இருந்தது. மறுத்தேன். கீழே யாரோ பெருங்குரலில் அழும் சப்தம் கேட்டது. எனக்கு பயமாக இருந்தது.

"அவளுக்கு ஒன்னும் ஆகாதுல்ல செல்வி?"

நான் கேட்டதுதான் தாமதம். அவளுக்கு கண்கள் துளிர்த்துவிட்டது. சிந்துவிடம் சொல்லிவிட்டு கிளம்பலாம் என நினைத்தேன். அனுமதிக்கவில்லை. வீட்டில் சூழ்நிலை வேறு சரியில்லை. நான் கிளம்பிவிட்டேன்.

வீட்டிற்கு வரும்போது நள்ளிரவாகிவிட்டது. இளமாறனுக்கும் காலையில் இருந்து அலைச்சல். பசிக்கவில்லை. மனமும் உடலும் வலித்தது. அம்மா தூங்காமல் விழித்துக்கொண்டிருந்தாள்.

"அந்த புள்ளைக்கு என்னாச்சுய்யா?"

"ஒன்னுமில்ல தூங்கு" என்றவாறு தரையில் படுத்துவிட்டேன்.

காலையில் ஆறுமணிக்கு போன் செய்த செல்வி அவளை அறுவை சிகிச்சைக்குக் கூட்டிச் சென்றிருப்பதாகச் சொன்னாள். என்னால் எழுந்திருக்க முடியவில்லை. உடல் காய்ந்தது. மிகுந்த சிரமத்தோடு எழுந்தேன். சூழ்நிலை வேறு சரியில்லை. மெல்ல நான் பொதுவுடையை கூட்டிக்கொண்டேன். அம்மாவிடம் சொல்லவில்லை. இந்த உடல் நிலையில், போகிறேன் என்றால் அனுமதிக்காது.

சிந்துவை வார்டுக்கு மாற்றி இருந்தார்கள். பேசினாள்.

"என்னால் தானே இவ்வளவு கஷ்டமும்?"

"எனக்கு என்ன கஷ்டம் இப்போ?"

என் கைகளைப் பற்றிக்கொண்டாள். அவளுடைய கண்ணீரின் சூட்டை உணர்ந்தேன்.

"இது ஒரு பெரிய விஷயமில்ல. நாளைக்கு மறுநாள் நான் டிஸ்சார்ஜ் ஆகலாம்" அவள் ஆர்வமாகச் சொன்னாள்

"சரிங்க டீச்சர்"

ஒரு பக்கம் எனக்குள் ஏதோ ஒரு பயமும் கவலையும் மெல்ல ஊற்றெடுக்கிறது. ஏதாவது ஒரு மாற்றம் ஒரே நாளில் நிகழ்ந்தால் நன்றாகத்தான் இருக்கும் இல்லையா? எனக்கு அழுகையாக வந்தது.

செல்வி மதியம் வருவதாகச் சொல்லிப் போனவள் இரண்டுமணி நேரத்தில் உடனேயே வந்துவிட்டாள்.

அவளுக்கும் சிந்துவுக்கும் நல்ல புரிதல் இருந்திருக்க வேண்டும். இருவரும் பிரிந்திருப்பதில்லை. சந்தோஷமாக இருந்தது. நான் கிளம்பிவிட்டேன். ஊரின் நிலமை வேறு சரியில்லை. சொல்லிவிட்டுப் புறப்பட்டேன். நான் வெளியில் வந்து ஒருமுறை அந்த வளாகத்தைத் திரும்பிப் பார்த்தேன் வாழ்வில் எல்லா அனுபவங்களையும் போதிக்க இந்த இடம் போதும். சந்தோஷம், அழுகை, துக்கம், கொண்டாட்டம், முடிவு யாவும் இங்கே சங்கமித்திருக்கிறது. என் தோளை பொதுவுடை இறுக்கமாகப் பற்றிக்கொண்டான்.

“விட்டுறாதடா” சொல்லியபடி அவனைப் பார்த்தேன்.

“டேய் கொண்டு போய் வச்சாலும் ஒன்னாதான்டா” அவன் கண்கள் சிவந்து துளிர்த்ததைப் பார்த்தேன்.

இந்த அரசில் ஒரு பெருந்தன்மை உண்டு. மனிதனின் சோகம் துக்கம் கஷ்டம் பெருகும் இடங்களானாலும் சரி, கொண்டாடி மகிழும் இடமானாலும் சரி, நிச்சயமாக ஒரு டாஸ்மாக் இருக்கும். மருத்துவக் கல்லூரிக்கும் வந்தவர்கள் மீண்டும் வந்துபோக பாருடன் கூடிய டாஸ்மாக் உண்டு. எனக்கு இப்போது அது தேவையாக இருந்தது. போதை கூடிற்று.

வெண்மணியைக் கடக்கும்போதுதான் பைக்கில் போய்க்கொண்டிருப்பது நினைவுக்கு வந்தது. தியாகிகளுக்கான வளைவைக் கடந்தோம். ஊரின் நிலையும் அப்படித்தான். எந்த இறால் பண்டுகளுக்கு எதிராக நின்றோமோ அங்கேயே வேலைக்கும் போய் நிற்க வேண்டிய சூழல்.

“நேரா புஷ்பவனம் போ”

அவனுக்கு எதற்கென புரியாமல் என்னைப் பார்த்தான்.

“போ சொல்றேன்”

சொல்லியபடி அவன் முதுகில் சாய்ந்து கொண்டேன்.

கடல்.

கடல் உள் வாங்கிக் கிடந்தது, முன்னூறு அடி நீளத்துக்கு கடல் உள்ளோடி கிடக்கிறது. கறுப்பு வண்ணத்தில் மணல் தரைகள்

வெயிலில் ஒளிர்கின்றன. அலைகள் காலையில் பெரிதாக இல்லையாம். கடலுக்குப் போனவர்கள்கூட காலையில் திரும்பியிருக்கிறார்கள்.

நண்பகலில் கொஞ்சம் வேகம் இருந்திருக்கிறது. மதியம் இருந்ததைவிட இப்போது கூடுதல் என்கிறார்கள். அலை பத்து அடி உயரத்துக்கு மேல் கிளம்புவதாக சொன்னார்கள். நான் பார்த்தபோது உயரம் இன்னும் கூடுதலாக இருந்தது.

இன்று காலையில் வழக்கம் போலிருந்த கடல், பிற்பகலில் லேசாக மாறுதல்களை காண்பித்ததாகவும், மதியம் மெல்ல உள்வாங்கத் தொடங்கி பின்னர் முன்னூறு அடி தூரம்வரை உள்ளே போய்விட்டதென்றும், இவ்வளவு தூரம் உள்ளோடுவது நல்லதல்ல எனவும் மீனவர்கள் கவலை கொண்டிருந்தார்கள்.

அலைகளின் உயரம் மதியத்தை விடவும் இப்போது கூடியிருந்தது. மாலையை நெருங்க நெருங்கப் பருவநிலையும் மெல்ல மாறியது. தற்சமயம் காற்று குளிர்ந்து வீசுகிறது. நல்ல குளிர் காற்று. காலையில் இருந்த பருவநிலை வழக்கமான ஒன்று. பிற்பகலில் நல்ல வெயில். தினமும் கேட்டுக்கேட்டுப் போன சலிப்பில் யாருக்கும் புயல் வருமென்ற நம்பிக்கையோ, அச்சமோ இல்லை.

கடலூருக்கு அருகில் கரையைக் கடக்கும் என்றார்கள். பாண்டிசேரிக்கும் பாம்பனுக்கும் இடையில் கரையை கடக்கக்கூடும் என்றார்கள். பின்னர் கடலூருக்கும் ராமேஸ்வரத்துக்கும் என்ற நிலை மாறி நாகைக்கு அருகில் கோடியக்கரைக்குள் கடக்கலாம் என்று, உறுதியான கடக்கும் இடமாக அதை இன்றுதான் அறிவித்தார்கள்.

எட்டு நாட்களுக்கு முன்பு அந்தமானுக்கு அருகில் நிலை கொண்டிருந்த காற்றழுத்தத் தாழ்வு மண்டலம், மத்திய வங்கக் கடலில் வடமேற்காக நகரத் தொடங்கியபொழுது சர்வதேச எச்சரிக்கைகள் இலங்கையை நோக்கியே இருந்தன.

தாழ்வு மண்டலம் இன்னும் நகர்ந்தபோது ராயலசீமாவின் கடலோர மாவட்டங்கள் மீது திரும்பின. ஆனால் பன்னிரெண்டு தியதிகளில் நிகழ்ந்த மாற்றம் வேறு. கடைசியாக நிலை கொண்டது இங்குதான்.

காற்றழுத்தத் தாழ்வு மண்டலம் மெல்ல தென்மேற்காக நகரத் தொடங்கியபொழுதுதான் சந்தேகங்கள் வலுவாயின. நாகை துறைமுகத்தில் ஒருவார காலமாக ஏற்றப்பட்டிருந்த மூன்றாம் எண் புயல் கூண்டை, ஒருமணி நேரத்திற்குள் நேரடியாக பத்தாம்

ஷக்தி 75

எண்ணுக்கு மாற்றி ஏற்றினார்கள். இதுபோன்ற அவலம் இங்கு மட்டுமே சாத்தியம். பத்தாம் எண்ணின் அதிதீவிரப் புயல், கரையைக் கடக்கப் போகிறது என்றார்கள் மீனவர்கள்.

பத்தாம் எண் ஏற்றுவதால் வானிலை எச்சரிக்கை மையத்துடனான இணைப்பை துறைமுகம் துண்டித்துவிட்டதாக அர்த்தம் என்றார்கள். கணிப்புகள் அப்படி. கரையைக் கடக்க அரைநாள் கூட இல்லாத நிலையில் இப்போதுதான் துறைமுகத்திற்கு எச்சரிக்கை விடுக்கப் பட்டிருக்கிறது.

நான் கடலைப் பார்த்த வண்ணமிருந்தேன். ரோந்து வாகனங்களில் வந்து எச்சரித்தார்கள். யாரும் கடற்கரையில் நிற்கக்கூடாது என எச்சரித்தார்கள்.

வீட்டுக்குக் கிளம்பிவிட்டேன். மழை வரும் அறிகுறிகள் எதுவும் இல்லை. காற்று மட்டும் ஒரு மாதிரியாக குளிர்ந்து வீசிக் கொண்டிருந்தது. வீட்டை நோக்கிப் போகும் வழியில், இரண்டு பக்கமும் வயற்காடுகளுக்கு நடுவே போவது கொஞ்சம் அச்சமாக இருந்தது.

அச்சம் என்றால் அது ஓர் அமைதி. பேரமைதி. அதன் நிசப்தம் தந்த பயம், அனுபவிக்கையில் நிச்சயம் புரியும். புயல் வராது, என எல்லோரும் போல நானும் நம்பினேன். வந்தால் இங்கு தாங்கிக்கொள்ள யாரிடமும் எதுவும் இல்லை.

சிந்து அதைப்பற்றி பேசும்போது பயந்தாள்.

நான் இங்கிருப்பது நல்லதில்லை. மருத்துவக் கல்லூரிக்கு வந்துவிடும்படி சொல்லிக்கொண்டிருந்தாள். எனக்கது சரியெனப் படவில்லை. தவிர என்னுடைய உடல் நலன் சுத்தமாக ஒத்துழைக்க வில்லை. என்னால் பைக்கில்கூட பயணிக்க முடியவில்லை. முதுகு முழுவதும் வலி. செல்வி, வர வேண்டிய அவசியம் இல்லை என்றாள். என்னாலும் போக இயலாது. அம்மா, லதா, பெரியப்பா, இவ்வளவு பேரும் ஊரும் இந்தச் சூழலில் கிடக்கும்போது நான் மட்டும் எப்படிப் போவது?

தலைக்காட்டுக்குள் நுழையும்போது ஒலிப்பெருக்கியில் அறிவித்துக் கொண்டிருந்தார்கள். தாழ்வான பகுதியில் உள்ள மக்களை, பள்ளிகளுக்கும் ஊராட்சித் திருமண மண்டபத்துக்கும் போகுமாறு அறிவுறுத்தத் தொடங்கியிருந்தார்கள்.

எல்லோருக்கும் புயல் பற்றி, இப்போதுதான் மெல்ல அச்சம் பரவுகிறது. சேதமாகக்கூடியதாக கணக்கிடப்பட்ட நாற்பது

கிராமங்களில் தலைக்காடு கோட்டகமும் முக்கியமானது. தெருவுக்குள் ஆட்டோவை வைத்து பிரச்சாரம் செய்தார்கள்.

காவல்துறை அறிவிப்புகள் முடிந்த பின்பு, மாவட்ட ஆட்சியரால் அறிவுறுத்தப்படுகிறது என்கிற, அறிவிப்பு வாகனம் ஊரில் கடந்துப் போனது. மதியம் இருந்த வானிலை முற்றிலும் மாறிவிட்டது.

நாகையில் மட்டும் அறுநூறுக்கும் மேற்பட்ட பாதுகாப்பு மையங்கள் ஏற்பாடு செய்யப்பட்டிருந்தன. நாளை மாவட்ட உள்ளூர் விடுமுறை எனவும் அறிவித்து இருந்தார்கள். ஆறு மாவட்டங்களுக்கு சேர்த்து விடுமுறை அறிவித்தார்கள். காற்று வேகமாகக் குளிர்ந்து வீசத் தொடங்கியது. மழை வர வாய்ப்பிருக்கிறது. நான் ஒருமுறை இந்த கோட்டகத்தின் நிலையை எண்ணிப் பார்த்தேன். புயல் என ஒன்று கடந்தால் இங்கு எதுவும் மீதமிருக்காது.

தொன்னூற்றி மூன்றில், கடந்த புயலை நினைவுக்கூர்ந்து கொண்டிருந்தார் வேதையன் மாமா. இரண்டுமுறை ஆளும்கட்சி ஊராட்சித் தலைவராக இருந்து, இன்று வீட்டுக்குக் கீற்று மாற்ற முடியாத ஒரு நேர்மையான அரசியல்வாதி. காற்று ஆறுமணி வாக்கில் மெல்லக் குறைந்து விட்டது. கடலுக்கு பார்க்கப் போன பொதுவுடை, இளமாறனை போனில் அழைத்து அலைகள் இருபதடி உயரம் வரை உயர்வதாகவும் கடல் மேலும் உள்ளிழுத்து கிடப்பதாகவும் சொன்னான். ராகவன் ஒரு தனியார் தொலைகாட்சியில் பேசிக்கொண்டிருந்தார்.

“அந்தாளு சொன்னா மழையே வரும், புயல் வர்தான்னு பாக்கலாம் வா” என்றான் வெற்றி.

‘புயல்காற்று எண்பது கிலோமீட்டர் வேகத்தில் வீசும்’ என்றார் அவர்.

“எண்பதெல்லாம் மேட்டர் இல்ல மச்சான் சமாளிச்சுடலாம்”

வெற்றி, புயலுக்கு மனதளவில் தயாராகிவிட்டான்.

“கரைய கடக்குற வரைக்கும் தான் பவரு மச்சான். கடந்துட்டுன்னு வையேன் பட்டுன்னு லேசாகி சாப்டாய்டும். நமக்கும் கடலுக்கும் எட்டு கிலோமீட்டர் தூரம் இங்கிட்டு போகுறப்ப ஆடி மாச காத்து போல போறதும் தெரியாது வர்றதும் தெரியாது”

வெற்றி புயலுக்காகக் காத்திருக்கத் தொடங்கினான். ஊரில் இளைஞர்கள் எல்லோருக்கும் வீடுகளில் இருப்பவர்களை

மண்டபத்திற்கு கொண்டு சேர்க்கும் வேலை. இளமாறன்தான் அங்கும் இங்கும் ஓடிக்கொண்டிருந்தான்.

மாலை ஆறுமணி இருக்கும். தலைக்காடு கடைத்தெரு வெறிச்சோடி கிடந்தது. ஒரு கடைகூட இல்லை. போலீஸ் வாகனங்கள் மட்டும் நின்றது. வானம், பாதி கறுத்தும் பாதி வெளிச்சமாகவும் இருந்தது. புயல் கடக்கும்போது கனமழைக்கு வாய்ப்பிருக்கிறது என்றார்கள். நேராகத் தூண்டிக்காரன் கோயிலுக்குப் போனேன். விபூதியை பூசிக்கொண்டேன்.

“பாத்துகங்கய்யா. தாங்க ஒன்னுமில்ல” என்றபடி திரும்பிவிட்டேன்.

எனக்கு ஒரு பயம் உண்டு. பூகோள ரீதியாக புயல் கரையைக் கடக்கையில் இந்தக் கோடியக்கரையில் இருந்து வேட்டைக்காரணியிருப்பு வரை உள்ள பகுதி நிச்சயமாகத் தொடக்கப் புள்ளி.

ஒருமுறை போய், சிந்துவை பார்த்துவிட்டு வரலாமா எனத் தோன்றியது. ஆனால் யாரும் ஒத்துக்கொள்ள மாட்டார்கள். புயல், மணிக்கு ஐந்து கிலோமீட்டர் வேகத்தில் கரையை நெருங்கிக் கொண்டிருப்பதாகச் சொன்னார்கள்.

வேடிக்கையான வேகம் என்று ஏளனம் செய்தாலும், அது அதே கரையை கடக்கும்போது வேகமெடுக்காமல் அதே வேகத்தில் நின்று அடித்தால்? இங்கு எதுவும் மிச்சம் இருக்காது.

அம்மாவுக்கு பெரிய அச்சம். அம்மாவை வீட்டில் இருந்து அழைத்துச் சென்று மண்டபத்தில் விட்டுவிட்டான் இளமாறன். எல்லோரும் வெளியேறிக் கொண்டிருந்தார்கள். ஆட்களை அழைத்துக்கொண்டு போய் மண்டபத்தில் விடுவதை இளமாறன் மாதிரியானவர்கள் உதவிக் கொண்டிருந்தார்கள். என் உடல் அதற்கு ஒத்துழைக்கவில்லை. அரசலாற்றின் கரையில் வேதையன் மாமாவின் கட்சி அலுவலகம் இருக்கிறது. அவர் பெரும்பாலும் இருப்பது உறங்குவது எல்லாமே அங்குதான். அங்கு போய் பார்த்தேன். அவரைக் காணவில்லை. அனேகமாக ஊருக்குள் இருக்கலாம்.

ஏறக்குறைய கோட்டகத்தில் ஒரு பத்துத் தொகுப்பு வீடுகள் கான்கிரீட்டால் ஆனவை. மற்றவை அனைத்தும் குடிசைகள். மண்கட்டால் ஆனவற்றில் எது மிஞ்சும் எனத் தெரியாது. எனக்கு பயமாக இருந்தது. வீட்டுக்கு வந்தேன். லதாவை பற்றிய நினைவு

அதிகமாக இருந்தது. அவளைப் பார்த்துவிட்டு வந்திருக்கலாம் எனத் தோன்றியது.

மழை.

நன்றாக இருட்டிய பின் மெல்ல மழை தூற ஆரம்பித்தது. லேசான தூறல் மழையில், வெளியில் வந்து பார்த்தேன். யாரும் இல்லை. கொஞ்சம்பேர் மண்டபத்துக்குப் போய்விட்டார்கள். கொஞ்சம்பேர் இன்னும் வீடுகளில்தான் இருக்கிறார்கள்.

தொலைக்காட்சியில், நேரலையில் ஒருவர் மழையில் நனைந்தபடி பேசிக்கொண்டிருந்தார். வேதாரண்யத்தில் இருந்து நேரலையில் மீனவ கிராமங்களைப் பற்றி பேசிக்கொண்டிருந்தார். புயல், இரவு பதினொரு மணிக்குக் கரையைக் கடக்கும் என எச்சரித்துக் கொண்டிருந்தார்.

சிந்துவுக்கு போன் செய்தேன். நலமாக இருப்பதாகச் சொன்னாள். தொலைகாட்சியைப் பார்த்துக் கொண்டிருந்தேன்.

ஒன்று நன்றாகத் தெரிந்தது இப்போதுதான் அரசு சுதாரித்து முன் எச்சரிக்கை நடவடிக்கை எடுக்க ஆரம்பித்திருக்கிறது. இந்த இரண்டுமணி நேரமாகத்தான் வெளியேறச் சொல்லி அறிவிக்கிறார்கள். வேறெதுவும் இல்லை.

ஊரில் இரண்டாம் கட்ட எச்சரிக்கை அறிவிப்புகள் செய்தார்கள்.

‘இதுவே இறுதி எச்சரிக்கை. இதைப் பொருட்படுத்தாமல் வீடுகளில் இருப்பவர்களுக்கு உயிருக்கோ உடமைக்கோ சேதாரம் ஏற்படுமெனில் அரசு பொறுப்பல்ல. அது குற்றமும் ஆகும்’

அதைக் கேட்டபடி உட்கார்ந்திருந்தேன்.

இரவு பத்து மணி. தனிமை. காத்திருக்கிறேன்.

* * *

8

சைரன் ஒலிக்கவிட்டபடி ரோந்து வாகனம் ஒன்று கடக்கிறது. அது ஒன்றுதான் ஊரை பரபரப்பாக வைத்திருக்கிறது. செய்திகளில் இன்னும் சற்று நேரத்தில் கரையைக் கடக்கக்கூடும் என அறிவித்தபடி இருக்கிறார்கள்.

சிகப்பு எச்சரிக்கை விடப்பட்டுள்ளது. பத்தாம் எண் கூண்டு ஏற்றப்பட்டுள்ளது என்ற தகவல்களையே மிரட்டும் பின்னணி இசையோடு மீண்டும் மீண்டும் சொல்லி அச்சமூட்டுகிறார்கள். எனக்கும் அச்சமாக இருக்கிறது.

நியாயமாக இந்த அறிவிப்புகள் கப்பல்களுக்கும், துறைமுகத்திற்கும், அரசு இயந்திரத்தை தயார் நிலையில் இருக்கச் சொல்வதற்காக மட்டுமே தயாரிக்கபட்டவை. இதை எதற்கு இவ்வளவு திகில் கூட்டி சொல்கிறார்கள் எனத் தெரியவில்லை. புயல் எப்பொழுது கரையைக் கடக்கும்? எத்தனை மணிக்கு துல்லியமாகக் கடக்கும்? அவசரத்திற்கு யார் யாரைத் தொடர்பு கொள்வது? கரையைக் கடக்க எவ்வளவு நேரம் ஆகும்? எந்தந்த பகுதிகள் ஆபத்தானவை? யாருக்கு என்னென்ன மாதிரியான உதவிகள் தேவை? இந்தத் தகவல்கள் போதுமானது.

ஒருவேளை அது குறித்து வானிலை ஆய்வு மையத்தால் கணிக்க முடியாதிருக்கலாம். அல்லது அதைக் கணிக்கும் வசதிகள் இல்லாதிருக்கலாம். குறைந்தபட்சம் மக்கள் என்ன செய்ய வேண்டும்? என்ன செய்யக்கூடாது என்பதைச் சொன்னால்கூட போதுமானது. நிச்சயமாக

நூறு கிலோமீட்டரில் காற்று வீசும் என்கிறார்கள். கனத்த மழையும் இருக்கலாம். தொலைக்காட்சியில் வானிலை குறித்து என்ன சொல்கிறார்கள் எனப் பார்க்கையில், டைட்டானிக் பட பின்னணி இசையில் பிரேக்கிங் நியூஸில் ஏற்கனவே சொன்னத் தகவலையே சொல்லிச்சொல்லி அச்சமூட்டுகிறார்கள்.

பொதுவுடை வந்தான்.

"ஏன் டா மண்டபத்துக்கு போவல?"

மறுத்து தலையசைத்தேன். அவன் வீட்டில் எல்லோரும் மண்டபத்துக்கு போய்விட்டார்கள். அவன் என்னுடன் தொலைக்காட்சியைப் பார்த்தபடி உட்கார்ந்து கொண்டான்.

மழை வலுத்தது. கிழக்கிலிருந்து காற்று, சற்று பலமாகவே வீசத் தொடங்கியது. கரையைக் கடந்தால் அடுத்தது கோட்டகம்தான். சிந்து என்னை அழைத்து விபரங்களைக் கேட்டது, கொஞ்சம் ஆறுதலாக இருந்தது. இந்தச் சூழலில் அவளுக்கு பயம் அதிகமாக இருந்தது.

"இந்த டீவிக் காரனுங்க சொல்றத பாத்தா காத்தால எதுவும் இருக்குமா?" அச்சத்தோடு கேட்டான்.

"இவனுங்க சொல்ற எண்பது கிலோ மீட்டர் வேகம் உண்மைன்னா எதுவாது தேறலாம். ஆனா அரசாங்கம் என்ன சொல்லுதோ அதைத்தான் இவங்களும் சொல்வாங்க. இதை நம்ம நம்ப முடியாதுடா" எனக்குள்ளும் பயம் இருந்தது.

மண்ணெண்ணையை எடுத்து காண்டா விளக்கில் நிரப்பி வைத்தேன். நிச்சயமாக இரவுக்கு இது தேவைப்படும். காலையில் மின்சாரம் தடைபட்டால் என்ன செய்வதென பக்கத்தில் இருந்த மேல்நிலை நீர்த்தொட்டியில் தண்ணீர் நிரப்பி வைத்திருந்தார்கள். வீட்டுக்குத் தேவையான் தண்ணீரை இரண்டு நாட்களுக்கு அப்போதே பிடித்து வைத்துவிட்டேன். அம்மாவுக்குத் தேவையான ஒரு வாரத்துக்குரிய விறகும் எடுத்து வாசலில் வைத்துவிட்டேன்.

பார்த்தால் இரவின் நினைப்பே இல்லை. மேகங்கள் வெளிச்சமாகவே இருந்தன. வெளியில் வந்து கிழக்காகப் பார்த்தேன். ஒரு பேரமைதி. புயலுக்கு முன் வரும் அமைதி என்பார்களே, அது ஒருவித கலவர மனநிலை எனப் புரிந்துகொண்டேன்.

முகநூலில் பார்த்தேன்.

இந்த டெல்டாவைக் காப்பாற்றும்படி பதிவிட்டுக் கொண்டிருந்தார்கள்.

இந்த அரசை வைத்துக் கொண்டு எதுவும் செய்ய இயலாது.

தானே புயலில் இருந்தும், ஒக்கி புயலில் இருந்தும் எதையாவது கற்றிருந்தால் பரவாயில்லை எனப் பதிவிட்டிருந்தார் ஒருவர்.

இவர்கள் கற்றுக்கொள்ள என்ன இருக்கிறது? இவர்கள் கற்பிப்பவர்கள்.

அரசு இயந்திரம் தயாராக இருப்பதாக ஒரு அமைச்சர் சொல்லிக் கொண்டிருந்தார். இன்று காலை வரை வலுவிழக்க வாய்ப்பு உண்டு என உளறிக் கொண்டிருந்தார்கள். இப்போது, மக்களை வெளியேற்றினால் கடமை முடிந்தது என்ற முடிவுக்கு வந்துவிட்டார்கள். அவர்களைப் பொருத்தவரையில் உயிரிழப்பைத் தவிர்த்துவிட்டால் போதும், மற்றவை யாருக்குத் தெரியப்போகிறது என்கிற நினைப்புத் தான்.

மணி பதினொன்று முப்பது தாண்டியிருக்கும். மழை தன் நிறத்தை மாற்றிக்கொண்டுவிட்டது. புயல் நிலைக்கொண்டிருந்த இடஞ்சுழி கண் பகுதியின் நீளம் மட்டும் இருபத்தாறுக்கு இருபது கிலோமீட்டர் பரப்பளவு என்றார்கள். காற்று, மெல்ல வேகம் கூடிற்று. மெல்ல என்றால், நீங்கள் நடக்கக்கூட முடியாது. அங்கே வெளியில் இருந்தபடி 'லைவ்' செய்தி வாசித்துக்கொண்டிருந்தவர், காற்று வேதாரண்யம் பகுதியில் கரையைத் தொட்டுவிட்டதாகச் சொல்லியபடி, அந்தத் தொலைக்காட்சியுடனான தனது தொடர்பைத் துண்டித்தார். இன்னொரு தொலைக்காட்சியில், காற்று கரையைக் கடக்கும் காட்சியை ஒளிபரப்பு செய்துகொண்டிருந்தார்கள்.

அணைக்கட்டிலிருந்து நீர், மதகு வழியாக வெளியேறும்போது ஒரு சீற்றம் இருக்குமே அதுபோல, மழையுடன் வேகமாகச் சீறியது காற்று.

"செத்தோம் டா"

பொதுவுடை யாருக்கோ போன் செய்தான்.

கடலிலிருந்து எட்டு கிலோமீட்டர்களில் நான் இருக்கிறேன். காற்று இங்கு வர, கடக்க எவ்வளவு நேரம் ஆகப் போகிறது? வேதாரண்யத்தில் வசிப்பவர்கள், முகநூலில் இது பேரழிவு

என்ற பதிவுகளைப் போட்டார்கள். சிலர் காலையில் உயிரோடு இருக்கக்கூடுமா என்ற அச்சத்தைப் பதிவிட்டார்கள். கடற்கரை கிராமத்தில் பிறந்து வளர்ந்த நான் எதிர்கொள்ளப் போகும் முதல் புயற் காற்று.

தெருக்களிலிருந்து நாய்களின் ஊளைச் சத்தமும், பக்கத்தில் வயக்காட்டிலிருந்து நரிகளின் ஊளைச் சத்தமும் பயங்கரமாக இருந்தது.

அதைத் தொடர்ந்து, ஒரு மின் மாற்றி வெடிக்கும் சப்தம் ஊருக்கே கேட்டது. கேட்ட நொடி, மின் இணைப்பு துண்டிக்கப்பட்டது.

"இர்றா விளக்க ஏத்துறேன்"

பொதுவுடை விளக்கை ஏற்றி வைத்தான். கிராதி வழியாக வெளியில் எட்டிப் பார்த்தேன். அரசணாற்றில் கடல் தண்ணீர் உள்வந்து, ஆறு ஏறக்குறைய நிறைந்திருந்தது. இப்போது கீழ வாய்க்காலுக்குள் தண்ணீர் வந்து மட்டம் ஏறிக்கொண்டிருந்தது.

கிழக்கில் பார்த்தேன். எதுவும் புலனாகவில்லை. ஒரே புகைமண்டலம் போலிருந்தது.

வாசற்கதவைப் பூட்டிவிட்டேன். ஒரு சப்தம். அதை சப்தம் எனச் சொல்ல முடியாது. காற்று நுழைய இடம் தேடி கிழிபடும் சப்தத்தின் அகோர வடிவம். அந்த ஊளைச் சப்தம் நொடியில் வீட்டைக் கடந்து போனது.

இதற்கு முன்பு காற்றை இத்தனைச் சப்தமாகக் கேட்டதில்லை. அப்படி ஒரு சப்தம். அத்தோடு ஒரு மெல்லிய பச்சை வாசத்துடன் சகதியின் வாசமும் கலந்து பரவிய வாசம். துண்டை அவிழ்த்து வேட்டியின் மீது கட்டிக்கொண்டான் பொதுவுடை. சப்தம் வலுத்தது.

இந்தக் காற்று இனி கருணை காட்ட போவதில்லை. நிச்சயம் கடக்கும். அப்படியென்றால் நாளை?

காதுகளால் ஈடுகொடுக்க இயலாதபடி விட்டு விட்டு அதே சப்தம். சாதாரண காற்று இல்லை. அசுர வேகக்காற்று. கிராதி வழியாகப் பார்த்தேன். பக்கத்தில் இருந்த தொழுவத்தை பத்து நொடிகளில் பெயர்த்து எறிந்தது. முதலில் கீற்றுகள் பின்னர் கொட்டில் புரண்டு படுத்தது. பயந்திருந்தான் பொதுவுடை.

"என்னடா இது?"

ஷக்தி   83

சப்தம் ஊளையாக மாறிவிட்டது. இருபது கிலோமீட்டர் அகலம் எனில் ஐந்து கிலோமீட்டர் வேகத்தில், இந்தக் கண் பகுதி கரையைக் கடக்க குறைந்தபட்சம் இரண்டு மணிநேரமாவது ஆகலாம். பின்னர் எதிர்க்காற்று வேறு திரும்பும்.

எனக்குக் கண்கள் கலங்கி, நீர் பார்வையை மறைத்தது. ராமலிங்கத்தின் வீடு இடிந்து விழுந்திருக்க வேண்டும். அவரை, காற்று தெருவில் இழுத்துக்கொண்டு போனது.

எனக்கு உள்ளிருக்க மனமில்லை. இளமாறன் அழைத்து பேசினான்.

"மண்டபத்தில் பிரச்சனை இல்லை. ஊரே இங்கிருக்கு, பத்திரமா இரு"

எனக்கு என்ன சொல்வதெனத் தெரியவில்லை. கவனம் முழுவதும் ராமலிங்கத்தின் மீதிருந்தது.

"ஐயோ...! யாராவது வாங்களேன்"

அவர் கத்திக்கொண்டிருந்தார்.

"இந்தாளு மண்டபத்துக்கு போவாம என்ன மயிருக்கு வீட்ல இருந்தான்டா?"

பொதுவுடைக்கு கோபம் அதிகமானது. இது கோபப்படுவதற்கான நேரம் இல்லை. கதவைத் திறந்தேன். முன் கொட்டகையில் இருந்த தாம்புக் கயிறை எடுத்துக்கொண்டு வெளியில் பார்த்தேன். அரை கிலோமீட்டருக்கு அப்பால் இருக்கும் இறால் பண்டின் கூரைத் தகடுகள் காற்றில் பறந்து வந்து வாசலில் விழுந்தன.

காற்று இன்னும் வேகம் கூடியது. இவ்வளவு வேகமான காற்று இருக்கும் என்றிருந்தால் நானும் மண்டபத்தில் அடைக்கலம் ஆகி இருப்பேன். பொதுவுடை என்னை உள்ளே இழுத்தான்.

"வேணாம்டா, சொன்னா கேளு"

எனக்கு ராமலிங்கத்துக்கு ஏதாவது ஆகிவிடும் என்ற அச்சம் அதிகமானது. இந்தக் காற்றின் சப்தத்தை விட அவரது ஓலம் அதிகமாகக் கேட்டது. வாசலுக்கு ஓடி வந்தேன். மற்றபடி வேறு எதுவும் என்னால் செய்ய முடியவில்லை. வெண்ணிறப் புகை போல தூறலோடு காற்று என்னைத் தரதரவென இழுத்துக்கொண்டு போனது. நான் ஏன் வெளியில் வந்தேன்? நான் வந்திருக்கக்கூடாது. எங்கிருந்தோ எதுவெல்லாமோ மேலே வந்து விழுகிறது.

உண்மையில் இந்த நொடி மரணத்தைப் பார்க்கிறேன். ஆம் மரணம் தான். என்னால் முடியவில்லை. மேலும், இனி நான் உயிருடன் இருக்க வாய்ப்பும் இல்லை.

"வாடா..."

சத்தமாக, தொண்டை கிழியும்படி கத்தினேன். நிச்சயம் உயிருக்குப் பயந்து பொதுவுடை வரமாட்டான் எனத் தோன்றியது. இது வாழ்வின் கடைசி நிமிடம் போலிருந்தது. தரையில் வைத்து தேய்த்துக்கொண்டு சென்றது. கால்களைக் கொண்டு முட்டுக் கொடுக்கப் பார்த்தேன். பிரயோசனமில்லை. தலைகுப்புற என்னைத் திருப்பிப் போட்டது.

வாசலுக்கு வந்து விட்டான் பொதுவுடை.

"உள்ள போயிர்றா..."

உயிரைக்கூட்டி கத்தினேன். அப்போது, ஒரு தென்னை மட்டை அவன் மேல் வந்து விழுந்தது. அவன் தடுமாறி கீழே விழுந்ததும் உருண்டு என்னை நோக்கி வரத் தொடங்கினான்.

குடிநீர் குழாய்க்கு கட்டியிருந்த சிமெண்ட் கட்டையைப் பிடித்தபடி அலறிக்கொண்டிருந்தான் ராமலிங்கம்.

காற்றுக்கு கருணையே போனது, பிடிவாதமாகத் தாக்கியது. இது ஒரு தண்டனையைப் போலத் தோன்றியது. தென்னங்குலை ஒன்று என்முன் விழுந்து சிதறியது. தடுக்கமுடியவில்லை. நெஞ்சில் பலமாகத் தாக்கியது. தெருக்கடைசிக்கு இழுத்து வந்துவிட்டிருந்தது காற்று. பொதுவுடைக்கு இடக்கை முழுவதும் சிராய்த்திருந்தது. வலியில் அலறினான்.

ராமலிங்கம் காற்றின் தாக்குதலை எதிர்க்கொள்ள முடியாமல் வாய்க்காலுக்குள் போய் விழுந்தான். பொதுவுடைக்கும் தாக்குப்பிடிக்க முடியவில்லை.

ஒரு தென்னை மரம் அடியோடு சாய்ந்தது. குறுக்கே கடக்கும் மின்சார கம்பிகளோடு சேர்த்து ராமலிங்கம் வீட்டின் மையத்தில் விழுந்தது.

காற்று கொஞ்சமும் அசந்தபாடில்லை. கழுத்தளவு நீரில் நின்றபடி 'அய்யோ' என அலறினான் ராமலிங்கம்.

"ஐயோ இதயெல்லாம் பாக்குறதுக்கு என்ன கொண்டுட்டு போயிருக்கலாமே"

அவன் அடித் தொண்டையிருந்து அழுதான். நான் அங்கிருந்த ஆளுயரத் தென்னையை வலுவாகக் கட்டிப்பிடித்துக் கொண்டேன். உடல் நனைந்து பின் குளிர்ந்தது. ஆற்றில் நீர்மட்டம் உயரவும், கீழ வாய்க்காலில் தண்ணீர் மடமடவென உயர்ந்தது.

என் கழுத்தை ஏதோ அழுத்துவதாய் உணர்ந்தேன். தலையைத் திருப்பவெல்லாம் முடியவில்லை. அப்படி ஒரு பாரம். முகத்தில் தேக்குமர இலை ஒன்று வந்து அப்பிக்கொண்டது.

"த்தா... வந்து தொலடா"

பொதுவுடையின் குரல் கேட்டது.

பின்புறம் இருந்து வாழைகள் ஒன்றன் மீது ஒன்றாக என்மீது சரிந்தன. என்னை இலைகள் மூடின. வேறு எதுவும் விழுந்தால் முடிந்துவிடும். மின்சாரக் கம்பிகளை இறுகப் பற்றிக்கொண்டேன். மெதுவாக, கீழ வாய்க்காலை நோக்கி முன்னேறினேன்.

வாய்க்காலுக்குள் பதுங்கிக்கொள்வதை விட வேறு வழியில்லை. அதைக் கடந்துவிட்டால் வெறும் வயற்காடு. வயற்காட்டில் சிக்கினால் நிச்சயம் பிழைப்பது கஷ்டம். இதுதான் வழி.

வாய்க்காலை நெருங்குவதென்பது சிரமமாக இருந்தது. மதியின் வீடுதான் கடைசி வீடு. அந்த வீட்டில் தென்னை ஒன்று முறிந்து விழுவதைப் பார்த்தேன். உயிர் பிழைத்திருப்பதே பெரும் காரியம்தான் எனத் தோன்றியது. காற்று ஊ...வென இன்னும் அதிகமாக ஊதத் தொடங்கியது.

"காப்பாத்துடா தர்மா"

மதியின் வீட்டில் இருந்து அவன்தான் கத்தினான். அவன், தன் வீட்டுக் கதவைப் பிடித்துக்கொண்டு போராடிக்கொண்டிருந்தான். மரத்தின் மேல்பாதி முறிந்து அவன் வீட்டின்மீது கிடக்கிறது. அவன் கதவின் ஆட்டம் தாளாமல், அதை இறுகப் பற்றிக்கொண்டிருந்தான். கதவு பலமாக ஆடிக்கொண்டிருந்தது. மரம் இப்பொழுது அவன் வீட்டுக்குள்ளே விழுந்தது. அவன் கதவிலிருந்து விடுபட்டு மரத்தின் மட்டைகளுக்குள் புகுந்துகொண்டான். நானும் உள்ளே ஓடக் கிளம்பினேன்.

காற்று விடவில்லை. என்னைப் புரட்டியது. இந்தப் பாலத்தைக் கடந்துவிட்டால் நான் சவம். உருண்டேன். ஜல்லிகள் குத்தியது. வாய்க்காலுக்குள் உருண்டு விழுந்தேன். உப்புநீர் உராய்வுண்ட

பகுதிகளில் எரிச்சலைக் கூட்டியது. வலியும் எரிச்சலும் இந்தப் போராட்டமும், தலை மீது ஏதாவது ஒரு மரம் விழுந்து செத்தால் தேவலாம் போலிருந்தது.

தண்ணீரில் முழுகி பாலத்தை நோக்கிப் போனேன். ஒரு கையைத் தூணில் பிடித்துக்கொண்டு இன்னொரு கையை பொதுவுடை எனக்காக நீட்டினான். இறுகப்பற்றிக் கொண்டேன். என்னை இழுத்து கட்டிக்கொண்டு அழுதான். ராமலிங்கத்தின் இந்தப் பேரழிவை தாங்கிக்கொள்ள முடியவில்லை. அந்த ஓலத்தை இந்தக் காற்று செவிமெடுக்காது. எனக்கு சத்தியமாக செத்துவிட வேண்டும் போலிருந்தது.

பாலத்தின் கீழ் ஒளிந்து கொண்டோம்.

நான் ஏறத்தாழ நிற்க முடியாமல் நிற்கிறேன். காற்று அவர்கள் சொன்னது போலெல்லாம் இல்லை. குறைந்தபட்சம் நூற்று நாற்பது கிலோமீட்டர் வேகமிருக்கலாம். ஒரு வீட்டை முழுவதும் புரட்டி வீசிய பின், வீட்டிலிருக்கும் பத்தாயம் காற்றின் வேகத்தில் மெல்லத் திருகிக் கீழே விழுகிறது. அதன் அடுக்குகள் கழன்று விலகுகின்றன.

அந்த பாலத்தில் ஆறேழு மாடுகள் நீந்தி வந்து தஞ்சம் புகுகின்றன. மெல்ல தலையை நீட்டி வெளிப்புறம் பார்த்தேன். எங்கும் ஒரு கூரை கூட இல்லை. ஓலைகள் கிழிந்து காற்றில் பறக்கின்றன. இலைகளின் வாசம் அதிகமாக இருந்தது. இலைகள் சுக்கு நூறாகச் சிதைந்து இந்தப் பச்சை வாசம் வீசுகிறது. வாய்க்கால் கரையிலிருக்கும் தேக்குமர இலைகள் மெல்ல உதிர்ந்துவிட்டன.

மரங்கள் அறுபடும்பொழுது வரும் அதே வாசம் பரவுகிறது. காற்றுக்கு எந்த மரமும் விதிவிலக்காக இல்லை. ஓடுகள் உடைபடும் சப்தமும், தகரங்கள் பறந்து புரளும் சப்தமும் நடுக்கமுறச் செய்கின்றன.

இந்த வாழ்க்கைக்கு என ஒரு பெரிய நோக்கம் எதுவும் இல்லை. இக்கண ஆசையெல்லாம் எப்படியாவது உயிருடன் இருக்க வேண்டும். அவ்வளவுதான்.

விடிந்தால் எங்கு போகப் போகிறோம்? யார் யார் மீத மிருப்பார்கள்? எங்கு தின்பது, தூங்குவது? குறைந்தபட்சம் இந்தத் தேகம் உயிர்த்திருக்குமா? எந்த உறுதியும் நிச்சயமும் இல்லவே இல்லை. கடவுள் கையளித்ததாகச் சொல்லப்படும் மனிதன் ஒவ்வொருவருக்கும் ஒவ்வொரு விதமான உரிமைகள் மறுக்கப்பட்டும்

கொடுக்கப்பட்டும் பிடுங்கப்பட்டுமான ஒரு வாழ்வு. அதைத்தான் வாழ்ந்து தீர்க்கிறோம்.

“ஆண்டவரே இந்தப் பாவிகளை...” என ராமலிங்கம் தொடங்கும்போதே அவனை ஓங்கி அறைந்தான் பொதுவுடை.

“அதான் பாவின்னு தெரியிதுல்ல, கழுத்தளவு சேத்து தண்ணில பொழப்பமா சாவமான்னு கெடக்குறோம். நீ என்னென்னா ?”

ராமலிங்கம் அதோடு மௌனமானான்.

“அடிக்கிற காத்துல அவுரெல்லாம் இந்நேரம் பாலஸ்தீனத்துல லேண்டாயிருப்பாரு, கொன்ட்றுவேன் உன்னய”

எனக்கும் யாரையாவது துணைக்கு அழைக்க ஆசைத்தான். இனி அவரவர் உயிர்த்திருப்பது அவரவர் தலையெழுத்து என்று நம்பினோம். நத்தந்திடலில் கட்டியிருந்த செல்போன் டவர் மெல்ல ஆடியதைப் பார்த்தேன். கறுப்பு நிறத்திலான, தண்ணீர் சேமிக்கும் டேங்க் ஒன்று கிழிந்து வாய்க்காலில் விழுந்தது. ஒரு வீட்டின் மேற்கூரை மூச்சுக்காற்றைப் போல ஏறி இறங்கியது.

வைக்கோல் போர்கள் மெல்லமெல்ல வயற்காட்டில் பறந்தன. ஒரு மாடு வேகமாக ஓடி வந்து வாய்க்காலில் விழுந்தது. பின் எழவேயில்லை.

அந்தக் காற்றின் வேகம் கொஞ்சமாவது குறைய கிட்டத்தட்ட இரண்டுமணி நேரங்கள் ஆகியிருக்கலாம். முகமெல்லாம் இலையும் குப்பைகளும் அப்பியிருந்தன. சட்டையைக் கழற்றி அதைத் துடைத்துக்கொண்டேன். இறந்த மாடு ஒன்று அருகில் மிதந்து வந்து, என்னை இடித்த வண்ணமிருந்தது.

ஒரு டார்ச்சின் வெளிச்சம் வயற்காட்டுக்குள் அங்குமிங்கும் அலைந்தது. காற்று யாரையோ இழுத்துச் செல்கிறது.

“நம்ம ஆளு எவனும் அங்கிருக்க வாய்ப்பில்ல”

பொதுவுடை உறுதியாகச் சொன்னான்.

காற்று, வயற்காட்டில் அந்த யாரையோ நெடுந்தூரம் இழுத்துச் சென்றுகொண்டிருந்தது. பாலத்தை விட்டு வெளியில் வந்தால் எனக்கும் அதே கதிதான். என்னால் ஒன்று உறுதியாகச் சொல்லமுடியும். வயற்காட்டில் செத்துக்கொண்டிருப்பவன் ஓசப்பன் தான். இத்தனை நேரம் அவன் போராடுவது ஆச்சரியமாக

இருக்கிறது. புயலுக்காக ஏரேட்டரை பார்க்க வந்த அவனைக் காற்று கொண்டுபோகிறது. போகட்டும்.

ஆனால், மழை கொஞ்சம் வலு குறைந்திருந்தது.

மெல்ல வாய்க்காலில் இருந்து மேலே வந்தேன். பிறந்து வளர்ந்து நேசித்த யாவற்றையும் இந்தக் கோலத்தில் பார்ப்பது எவ்வளவு பெரிய சித்திரவதை? நான் எப்படி இந்த நிலையில் இருந்து தப்பிக்கப் போகிறேன்?

எது யாருடைய வீடு? எனத் தெரியாதபடி உருக்குலைந்து கிடக்கிறது கோட்டகம். ராமலிங்கத்தை மண்டபம் நோக்கிப் போகச் சொன்னேன். பாதைகள் இல்லை. இனி போக இயலாது.

“இங்க பாதை இல்லடா”

அவன் திரும்பினான். பாதை கஷ்டம்தான். ஆனால் கீழ வாய்க்கால் வழியாகப் போனால், அரை கிலோமீட்டரில் அரசலாறு வந்துவிடும். அரசலாற்றை அடைந்தால் போதும். கரையேறினால் பக்கத்திலேயே மண்டபம். என்ன செய்வதென்று குழம்பினேன். காற்றோடு பலப்பிரயோகம் செய்ய கடவுளால் கூட இயலாது போல.

கோட்டகத்தின் ஆரம்பத்தில் இருக்கும் மாரியம்மன் கோயிலில், ஆசையாக வேய்ந்த கேரள மாதிரி ஓட்டுக் கொட்டகையை, இருந்த இடத்திலிருந்து காணவில்லை.

வீட்டைப் பார்த்தேன் இடியாமல் தப்பித்தது. மீண்டும் தூறல் வலுத்தது.

அக்கணம் தான் யோசித்தேன்.

“ஐயய்யோ! எதிர்க்காத்து திரும்பும்டா. வந்திருடா பொதுவுடை”

வீட்டையே வெறித்துக்கொண்டிருந்த பொதுவுடைக்கும் அப்போது தான் உரைத்திருக்க வேண்டும். ஓடி வந்தான்.

மீண்டும் வாய்க்காலின் பாலத்தின் கீழே தஞ்சம் அடையலாம் என்பது முடிவாகியிருந்தது. இரண்டு பக்கமும் வயல்தான் இருக்கிறது.

“காத்தடிச்சாலும் நீந்திட்டு மெதுவா அரசணாறு போயிறலாம்”

பொதுவுடைக்கு இன்னொரு காற்றின் மீது மரண அச்சம் இருந்தது. எனக்கு இங்கு நிற்க வலுவில்லை. நான் உடலாலும் மனதாலும் நசிந்திருக்கிறேன். எல்லாம் இழந்த ஒரு கோழையின் மனநிலைதான்

எனக்கு இப்பொழுது இருக்கிறது. இத்துடனாவது விட்டுவிட்டால் நன்றாக இருக்கும் எனத் தோன்றியது.

எதிர்க்காற்று, கடந்து போன காற்றைவிட வேகம் கூடுதலாக இருக்கும்.

எனக்கும் ஓரளவு அறிவு உண்டு. வேண்டாம் அதைப் பார்க்க வேண்டாம். எனக்கு இனியும் இந்த உடலில் மீதமாகத் தெம்பு என்று எதுவும் இல்லை.

மழை எங்கிருந்து வந்தது எனத் தெரியாது. வலம் மாறி பெய்யத் தொடங்கியது. மீண்டும் அந்த வாய்க்காலில் பதுங்கிக் கொள்வதென்ற முடிவின்படி, ஓடினோம். சற்று நேரம் கடந்திருக்க வேண்டும்.

காற்று கிளம்பியது, என்னைப் பரிதாபமாகப் பார்த்தான் பொதுவுடை. நான் அழுதேன். என்னை அறியாமல் என் கண்கள் கலங்கித் தளும்பின. காற்றென்றால் அப்படி ஒரு காற்று. முன்பு கிழக்கிலிருந்து மேற்கிற்கு. இப்போது, நாங்கள் பாலத்தின் கீழே ஒளிந்துகொண்டு கிழக்கு நோக்கிப் பார்த்த வண்ணமிருந்தோம் பின்னால் பெரிய வயற்காடு.

இப்போது மேற்கில் இருந்து கிழக்குக்கு நாங்கள் ஒளிந்துகொண்டு கிழக்கு நோக்கிப் பார்க்க வேண்டும். நெஞ்சில் அடித்துக்கொண்டான் ராமலிங்கம். காற்று முன்பிருந்ததிலிருந்து முற்றிலும் மாறுபட்டு விட்டுவிட்டு இல்லாமல், நெடுஞ்சாண்கிடையாக விழுந்து கிடக்கிறவன் போல கடந்தோடுகிறது. அசுரத்தனமான ஒரு பேய்க்காற்று, கிடைத்ததை இடைப்பட்டதை எல்லாம் நிரவி நிமிர்கிறது.

நத்தந்திடலில் கட்டிக்கொண்டிருந்த செல்போன் டவர், அருகில் இருந்த அருணாச்சலத்தின் வீட்டின் மீது விழுகிறது.

“ஏதோ அம்பானியினால நமக்கு செய்ய முடிஞ்சது”

பொதுவுடை சொன்னான். என் பயமெல்லாம் இருபது ஆண்டுகளுக்கு முந்தைய மேல்நிலை நீர்தேக்க தொட்டியின் மீதிருந்தது. என் அனுமானம் துளியும் பிசகவில்லை. என்னையும் அறியாமல் கத்தினேன்.

“அய்யோ...!”

குறை வெளிச்சத்தில், அது எந்தப் பக்கம் சாய்ந்தது எனத் தெரியவில்லை. ஆனால் விழுந்ததை நினைக்கவே பயமாக இருக்கிறது.

வாய்க்காலின் வடக்கு கரையோரம் இருக்கும் ஆதி திராவிடர் நடுநிலைப் பள்ளியின் சுற்றுச்சுவர் இடிந்து விழுகிறது. வாய்க்காலில் நீர் அலையாக எழும்பி எங்களைத் தள்ளுகிறது. அதன் வேகத்தில் நாங்கள் பாலத்தில் இருந்து விலக்கி விடப்பட்டோம்.

அலையின் அசைவு நின்றது. காவலுக்கு நிற்கும் வீரனின் கையில் இருந்த பன்னிரண்டு அடி வெட்டுகத்தி இரு கரைகளுக்கு இடையே விழுந்து கிடக்கிறது. அதைப் பற்றிக்கொண்டேன். மீண்டும் பாலத்திற்கு கீழே வர, பெரும் போராட்டமாக இருந்தது.

எந்தப் பக்கம் விழுவதென குழம்பிய ஒரு தென்னை, வாய்க்காலிலேயே விழுந்தது. ராமலிங்கம் அலறிக்கொண்டு பக்கத்தில் தாவினான். ஒரு தேங்காய் என்னை பலமாக முதுகில் தாக்கியது.

காற்று ஓயவில்லை. நின்று நிதானமாக வீசியது. அதன் வேகம் மட்டும், நேரம் ஆக ஆகக் கூடிக்கொண்டே போனது. ஊரே ஏறக்குறைய திடலாகிப் போனது. நிற்கும் காங்கிரீட் வீடுகள் மட்டும் தெரிந்தன.

வாய்க்காலுள் இருந்தபடியே கோட்டகத்தின் ஒட்டுமொத்த சீரழிவையும் பார்த்தேன். மீதமாக இருப்பதற்கு எனக் கொஞ்சம் மரங்கள். தெற்கே அரசலாற்றின் கரையும் வெறிச்சோடியிருந்தது. இனி எதையும் பார்க்கத் திராணியில்லை. பாலத்தின் நடு தூண்களைக் கட்டிக்கொண்டேன்.

இந்த வலி வேதனைகளை அனுபவிக்க என்னிடம் ஒரு திராணி இருக்கிறது. சிந்துவின் ஞாபகம். அவளைப் பார்க்கவாவது, நான் நிச்சயம் உயிர்த்திருப்பேன். என்னிடம் அதற்கான சக்தியிருக்கிறது என அந்தக் கணம் நம்பினேன்.

தலையை மேல் நோக்கி உயர்த்திக்கொண்டேன். பொதுவுடை தலையை வெளியில் நீட்டினான். அவனை உள்ளிழுத்தேன்.

"பாக்காத"

"சரி"

அவன் தன் தலையைத் தூணில் முட்டுக் கொடுத்துக்கொண்டான். தூரத்து வயற்காட்டில் நரிகள் ஊளையிட்டன.

ஒன்று மட்டும் உறுதியாக தெரிந்தது. இது ஒரு பேரழிவு,

நான் நினைத்துக் கொண்டிருந்ததை விட மழையும் காற்றும் அகோரமாக இருந்திருந்தது. பாதைகள் எதுவும் இல்லை. எல்லாம் மரங்கள் மூடிக் கிடக்கிறது. ஒரு வீடு தப்பவில்லை. கூரைகளே இல்லை. தலைக்காட்டை அடைய வாய்க்கால்தான் ஒரே வழி. காற்று, தன் வேகத்தை குறைத்திருந்தது. நான் மெதுவாக வாய்க்காலில் கழுத்தளவு நீரில் நகரத் தொடங்கினேன். விழுந்து கிடக்கும் ஒவ்வொரு மரங்களையும் தாண்டிப்போவது பெரும் சித்திரவதையாக இருந்தது.

மழை குறையவில்லை. காற்று மட்டும் வேகம் குறைந்தது போலிருந்தது. இன்னும் விடிய எவ்வளவு நேரம் ஆகும் எனத் தெரியவில்லை. வானம் கருப்பும் வெள்ளையுமாக இருந்தது. காலில் கனமான பொருளாக வாய்க்காலுக்குள் ஏதோ தட்டுப்பட்டது. காலால் துழாவிப் பார்த்தேன். நீர் இறைக்கும் மோட்டார் போலிருந்தது.

நகர்ந்தேன்.

'ஆடு' அதை நகர்த்திவிடும்போது பொதுவுடை சொன்னான். செத்து மிதந்தது.

மதகடியைத் தாண்டி சாலையில் ஏறிக்கொண்டோம். அங்கிருந்து தலைக்காட்டுக்குக் கொஞ்சம் முன்புவரை இரண்டு பக்கமும் மரங்கள் கிடையாது. ஆனால், கரையேற முடியவில்லை. காற்றுத் தள்ளியது.

"காற்று இனி வேகம் கூடாது" என்றேன்.

நடந்தோம். மழையும் காற்றும் பரிதாபத்துக்குரிய எங்களிடம் கருணை காட்ட மறுத்தது. பாலத்திற்கு முன்பு மரங்களும் ஒரு டவரும் சாய்ந்து கிடந்தன. ஆற்றில் இறங்கிக் கொண்டோம். அரசணாறு நிரம்பியிருந்தது.

இறால் பண்டிலிருந்து ஜெனரேட்டர் ஒன்று மிதந்தபடி, நீரில் அங்கும் இங்கும் ஆடிக்கொண்டிருந்தது. ஆற்றில் இறங்கி கரையேறினோம். மழை, தூறலாகி விட்டிருந்தது. இப்பொழுது லேசாக விடிந்திருந்தது.

குளிரில் கை கால்கள் நடுங்கின. ஊரே மண்டபத்தில் எங்களுக்காகக் காத்து கிடந்தது.

கடந்தது ஒரு இரவுதான். ஆனால் அது அவ்வளவு தீவிரம் நிரம்பியது, அதிலிருந்து தப்பிப் பிழைத்தது ஒரு சாகசம்தான். அதை,

இப்போது நினைக்கவே அச்சமாக இருக்கிறது. அந்தக் கணங்கள் என் மனவோட்டத்தை சிதைத்திருக்கிறது. நான் பயந்திருக்கிறேன் என எடுத்துக்கொண்டாலும் சரி, எல்லாவற்றுக்கும் மேலாக இனி எதுவும் இல்லை.

எனக்காகக் காத்திருக்கிறவர்களை இனி எப்படி எதிர்கொள்ளப் போகிறேன் எனத் தெரியவில்லை. என்னை நான் நிரூபித்தல் என்ற அச்சம் எனக்குள் மெல்ல பரவத் தொடங்கியது.

* * *

9

தலைக்காடு பேருந்து நிறுத்ததில் மேற்கூரையை காற்று சூறையாடியிருந்தது. தகரங்கள் எதையும் காணவில்லை. கூரைகள் வேய்ந்திருந்த கடைகளை இருந்த தடயமே தெரியாமல் துடைத்துவிட்டிருந்தது காற்று.

சாலை ஓரமிருந்த இரண்டு கடைகள் இடிந்து ஆற்றில் விழுந்திருந்தது. பாதுகாப்புக்காக சாலையோரம் நிறுத்தியிருந்த வாகனங்களில் கண்ணாடிகள் இல்லை. அதைத் தாண்டி எதையும் பார்க்க முடியலில்லை.

மண்டபத்தின் வாசலுக்குப் போக அரைமணி நேரம் பிடித்திருக்கும். அதற்குள்ளாக விடிந்துவிட்டது. வானம் வெக்காளித்து வெளிச்சம் கொஞ்சம் பரவியிருந்தது. மழை விட்டிருந்தது.

மனம் தளர்ந்துவிடுகின்றபொழுது இந்த பசுமைக்குள் நம்மை ஒப்புக் கொடுத்துவிட்டால் அவைக் கொஞ்சநேரம் ஒதுக்கி நம்மை இயல்பு வாழ்கைக்குத் திருப்பிவிடும்.

பெரும்பாலும் தண்ணீரிலும் மரங்களிலும் சூழ்ந்திருக்கும் இந்நிலத்தை அவையற்று பார்ப்பது தாங்கவொண்ணா துயர்.

மண்டபத்திலும் சாதிவாரியாக பிரித்திருந்தார்கள். தாழ்த்தப்பட்டவர்களுக்கு உணவருந்தும் பகுதியைத் திறந்துவிட்டிருந்தார்கள். இப்பொழுது இந்த விவகாரம் முக்கியமானதில்லை எனத் தோன்றியது, அம்மாவைப் பார்த்தேன் பயந்திருந்தாள்.

அவள் அழுகையை என்னால் கட்டுப்படுத்த முடியவில்லை. அவளுக்கு இப்போதிருக்கும் நிலையை வெளியில் வந்து பார்த்தால் அழுகை நின்றேவிடும். லதா தூங்கிக்கொண்டிருந்தாள். அம்மாவைத் தேற்ற முடியவில்லை

"அம்மா நல்லா இருக்கேன், நீ இப்ப அழாம இரு"

"நீ அப்படிதானய்யா சொல்லுவ"

அழுகையை நிறுத்துவது போலத் தெரியவில்லை. அவள் அழுதாள். சொன்னேனில்லையா. 'அழுகை' அதுதான் அவளது மொழி. அதைப் புரிந்துக் கொண்டு சரி செய்ய அப்பா முயலவே இல்லை. நான் அதைச் செய்யக்கூடாதென இருந்தேன். அவளைப் பத்திரமாகப் பார்த்துக் கொண்டிருந்திருக்கிறேன்.

இப்போது எல்லாம் நிறம் மாறிவிட்டது. இந்நொடி காலமும் கருணையற்று அதையே செய்கிறது. அம்மாவின் மடியில் படுத்துக்கொண்டேன். கையாளாகாதவர்களுக்கு கடவுள் பரிசளித்த ஒரே இடம் தாயின் மடிதான். என் எல்லாக் கடினமான காலத்திலும் அதுதான் ஆறுதல்.

லதா எழுந்துவிட்டாள். அவள் பயந்திருந்தாள். ஓடி வந்து என்னைக் கட்டிக்கொண்டாள்.

அவள் அழுதாள். அவள் கண்கள் தளும்பியிருந்தன. அவளுக்கு எதையும் சொல்லி அழத் தெரியாது. அவள் வாயிலிருந்து கோழை வழிந்தது. அவள் பெருங்குரலில் அழுதாள்.

என்னால் முடியவில்லை.

"என் ஆயீ..."

அவள் கழுத்தைக் கட்டிக்கொண்டு அழுதேன். என் பாரமெல்லாம் அழுகையாகிவிட்டிருந்தது. இந்த பாரம் குறைய அழுதேன். தங்கைகள் தாயாகும் தருணங்கள் அழகு. அவள் இன்னொரு தாய். அவள் என் உலகம், என் சந்தோசம், எனக்கு அவள் தான் எல்லாமும். அவளுக்காக நான் எல்லா தகாத வார்த்தையிலும் திட்டியிருக்கிறேன். அவள் வருந்தினால் எனக்குத் தாளாது.

நான் என்ன செய்வேன்?

ஒவ்வொருவராக கிளம்பத் தொடங்கினார்கள். அவரவருக்கும் ஒரு பெரும் பதற்றம் இருந்தது. கோட்டகத்தைப் பொருத்தவரையில்

யாருக்கும் எதுவும் மிச்சமில்லை என்பது எல்லோருக்கும் தெரியும். எல்லோரின் கண்களிலும் கண்ணீர் உடைபடத் தயாராயிருந்தது.

தெருவுக்குள் போக, மரங்களை அப்புறப்படுத்த வேண்டும். வளர்த்த மரங்களை பரிதாபத்துக்குரிய வகையில் இனி அகற்ற வேண்டும். வழி இல்லை. அந்தக் கவலை நிச்சயம் அந்த இடத்துக்கு போகும்பொழுது அவரவர்கள் உணர கூடும்.

இளைஞர்கள் ஒன்றாகக் கூடி, பாதை ஏற்படுத்த மரங்களை அப்புறப்படுத்துவது என முடிவானது. மரம் வெட்ட போதுமான உபகரணங்கள் இல்லை. வெட்டுவதற்கு இயந்திரங்கள் வேண்டும். இப்போது இருக்கும் சூழலில் நிச்சயம் கிடைக்காது. ஓரளவுக்கு மேல் பெருத்துவிட்ட மரங்களைக் கோடரிகள் கொண்டெல்லாம் வெட்டிவிட முடியாது.

பேசுவதற்கு எல்லோருக்கும் ஒவ்வொரு விதமாக செய்திகள் இருந்தன. ஆனால் யதார்த்தம் ஒன்றுதான். தென்னைகளும் பயிர்களும் ஏறக்குறைய அழிந்து போயிற்று. மிகச் சரியாக, இது பயிர்கள் விளையப் பூக்கும் பருவம். அடித்த காற்றுக்கு இனி விளைச்சலுக்குத் தேறாது.

மெல்ல வெளியில் வந்தேன். இளமாறன் நண்பர்களுடன் மரங்களை அப்புறப்படுத்தத் தயாராகி கிளம்பிவிட்டான். நானும் பொதுவுடையும் கிளம்பினோம்.

ஊருக்குள் குடிசைகளே இல்லை. வெறும் மண்சுவரும் கரைந்த நிலையில் இருந்தது. துணிகளும் பாத்திரங்களும் இறைந்து கிடந்தன. ஓடுகளை இழந்த வீடுகள் மரங்களோடு மட்டும் எலும்புக் கூடுகள் போல நின்றன. மின்விசிறிகளின் இறக்கைகள் வளைந்து தொங்குகின்றன.

இங்கு வாழ்பவர்கள் யாவருமே விவசாயக் கூலிகள். வேறெந்த தொழிலும் பெரிதாக யாருக்கும் தெரியாது. இதற்கு முன்பு இவ்வளவு பெரிய பேரழிவை ஐம்பத்தி இரண்டில் சந்தித்திருக்கிறது இந்த நிலம்.

அறுபத்து ஆறு வருடங்களுக்குப் பிறகு மிகப்பெரிய பேரழிவு. பெரியப்பா அந்த காலகட்டங்களை நினைவு கூர்ந்துக் கொண்டிருந்தார்.

அறுபத்தைந்து பேர் பலியாகிவிட்டதாக பத்திரிக்கை செய்திகளில் போட்டிருந்தார்கள் என்றார்கள். எந்தத் தொலைத்தொடர்பும் இல்லை. வேதாரண்யமும் திருத்துறைப்பூண்டியும் உருத்தெரியாமல் கிடப்பதாகச் சொன்னார்கள். யாரிடம் கையேந்துவது எனத்

தெரியவில்லை. அப்படி ஒரு கையறு நிலை.

ஒரு கடையும் கடைத்தெருவில் இல்லை. போகவும் முடியாது. அங்கு மரங்களும் தகரங்களும் சாலையை ஆக்கிரமித்துக் கிடக்கின்றன. ஆற்று மேட்டில் நிற்கிறேன். திருவாரூரில் என்ன நிலை என்று தெரியவில்லை. சிந்து அங்கிருக்கிறாள். யாராவது உதவிக்கு வர வேண்டும்.

ராணுவம் தான் நிச்சயம் வரும் எனப் பேசிக்கொண்டார்கள். ஒக்கிப் புயலில் சடலத்தைத் தேடக்கூட வராதவர்கள் இதற்கும் நிச்சயம் வரமாட்டார்கள்.

நாம்தான் நம்மைக் காத்துகொள்ள வேண்டும். மீண்டும் புனரமைத்துக்கொள்ள வேண்டும். அதில் எந்த மாற்றுக் கருத்துமில்லை. இரு சக்கர வாகனங்கள் போகும்படி பாதைகளைச் சீரமைக்கும் பணி வேகமாக நடந்தது. இன்னொரு பெரும் பிரச்சனை இருக்கிறது.

பசி.

எவ்வளவு நேரம்தான் பொறுத்துக்கொள்ள முடியும்? வானம், மேகமூட்டமாகவே இருந்தது. அச்சமாகவும் இருந்தது. ஊருக்குள் போக தலைக்காடுவாசிகள் பாதை ஒழுங்குபடுத்துவதில் தீவிரமாக இருந்தார்கள். ஒரு தீவுக்குள் இருப்பது போலிருந்தது. ஊரின் பள்ளிவாசல் கோபுரங்கள் இரண்டையும் காணவில்லை. விழுந்துவிட்டிருந்தது. மண்டபத்தில் இருந்து வீட்டுக்கு கிளம்பினேன்.

வாசலில், சமையலுக்குத் தயார் செய்துகொண்டிருந்தார் வேதையன் மாமா.

"இரண்டாயிரம் பேரு இங்க தங்கி இருக்காங்க. சமையல் பண்ணனும் சாமான்களுக்கு என்ன பண்றதுன்னு தெரியல"

இங்கு யாரிடம் இந்தச் சூழலில் கேட்பது எனத் தெரியவில்லை. இருப்பவர்களிடம் கொடுப்பதற்கு பயமிருக்கும். அவரவர் தேவைகள், உறவினர் தேவைகள் என அவ்வளவு எளிதாக வாங்கிவிடவும் முடியாது. குறைந்தது மின்சாரம் வருவதற்கு ஆறு வாரமாவது ஆகும். யாரும் ஊருக்குள் எளிதில் உள்ளே வரவும் முடியாது.

இந்த மாவட்ட நிர்வாகத்திடமும் சரி, அரசிடமும் சரி ஏன் ஏழாயிரம் கிலோமீட்டர் கடற்பரப்பைக் கொண்ட இந்த தேசத்திடமும், எந்த வழிமுறைகளும் இருப்பதாகத் தெரியவில்லை.

வீட்டிற்கு வர, மீண்டும் வாய்க்காலையே தேர்ந்தெடுக்க வேண்டி இருந்தது. வாய்க்காலெங்கும் மரங்கள் சாய்ந்து கிடந்தன. ஆறேழு மாடுகள் செத்துக் கிடந்தது. ஒதுக்கி விட்டுத்தான் வரவேண்டி இருந்தது.

இங்கே யாருக்கும் புயல் பற்றிய புரிதலும் அறிவும் கிடையாது, முன்னெச்சரிக்கையாக இதைச் செய் அல்லது செய்யாதே எனச் சொல்லவும் யாரும் இல்லை.

குறைந்தபட்சம் உறுதியான கட்டுமானங்கள் கொண்ட வீடுகளும் இல்லை. அரசின் பசுமை வீடுகளை தலித்துகளுக்கு அவ்வளவு எளிதாக வாங்கிவிட முடியாது.

இந்த இறால் பண்டுகள் வந்ததும் செய்த காரியங்களில் தவறான ஒன்று பனைமரங்களை ஒழித்துக் கட்டினார்கள். பனைகள் இயற்கையான அரண்கள். இவ்வளவு அழிவில் பனைகள் மட்டும் விழவேயில்லை. அவை இருந்திருந்தால் காற்றின் வேகம் நீர்த்துப் போயிருக்கும்.

புயல் எப்பொழுது எந்த திசையில் வரும், நகரும் எனக் காட்டும் கருவிகளை இந்தக் கடல்புறங்களில் நிறுவியிருந்தால் கூட கொஞ்சம் சுதாரித்து இருக்கலாம். நேற்று கூட வலுவிழக்க வாய்ப்பு உண்டு என்றுகூட செய்திகளில் சொன்னார்கள். இந்தக் கணிக்க முடியாத வானிலை மையங்களால் என்ன பிரயோசனம்?

வீடு சுவர் தெறித்து முன்பக்க கொட்டகைச் சரிந்திருந்தது. ஏற்கனவே மோசமாயிருந்த மேற்கூரையின் காரைகளை உதிர்த்துவிட்டு கம்பிகளோடு நின்றது தலையைப் பிடித்துக்கொண்டு உட்கார்ந்து விட்டேன். இனி பணத்திற்கு என்ன செய்வது? இதை எப்படி மறு கட்டமைப்பது? மாட்டுக் கொட்டகை இருந்த இடம் தெரியாமல் போய்விட்டது.

"மதியானம் சாம்பார் சாதமாம். வேதையண்ணன் சொன்னுச்சு"

சொல்லியபடியே பொதுவுடை வந்தான். பசியுடன் போராடிக் கொண்டிருக்கிறான் என்பதை அவனுடைய முகம் சொல்லிற்று. எனக்கு ஒன்றும் புரியவில்லை. ஊரின் முகாம்களாக பள்ளிக்கூடங்கள் மாறிவிட்டன. வீடுகளுக்கு சேதம் இல்லாதவர்கள் வீடுகளுக்குத் திரும்பியதால் கோட்டகத்தில் இருக்கும் ஆதிதிராவிடர் பள்ளியில் எங்களுக்கு ஓர் முகாம் ஒதுக்கினார்கள்.

கோட்டகத்திற்கு இரு சக்கர வாகனங்கள் வந்து போகும் அளவுக்கு பாதை சரியாகிவிட்டது. நான் தண்ணீரைக் குடித்தேன். வீட்டுக்குள் அரை அடி உயரத்திற்கு தண்ணீர் நின்றது. அதை சுத்தம் செய்து வாரிக் கொட்டினேன்.

வீட்டில் இருந்த படுதாவை வைத்து மேற்கூரையை மூடினேன். அடுத்து, பொதுவுடை வீட்டுக்குப் போகவேண்டும். வேகமாக சுத்தம் செய்தேன். மூச்சு வாங்கியது.

சாப்பாடு வந்தது. வெற்றி வாங்கிக்கொண்டு வந்திருந்தான். சாப்பிட்டேன். இனி இங்கிருந்து கிளம்பி திருவாரூர் போக முடியாது. திருவாரூரில் சேதம் எதுவும் இல்லை என்றார்கள். அதுவே நிம்மதியாக இருந்தது.

பெரியப்பா வீடு மோசமாக சேதமாகி இருந்தது. இன்னும் லேசான மழைத் தூறல் இருந்தது. எப்பொழுது இனி அதிகாரிகள் வருவது? இனி எப்பொழுது நிவாரணங்கள் வருவது? என்ற குழப்பமும் நடந்து கொண்டிருந்தது.

இப்போது பாதை சரியாகிவிட்டதால் மண்டபத்துக்கு நானும் பொதுவுடையும் நடந்து போனோம். போக வர பாதைகள் சரியாகி இருந்தன. ஒரு இருசக்கர வாகனம் போகலாம். எனக்கு மயக்கமாக இருந்தது. இன்றைக்கு விழுங்க வேண்டிய மாத்திரைகள் எல்லாம் எங்கு போனது எனத் தெரியவில்லை.

ஊருக்குள் அரசு இயந்திரம் வந்தது. அமைச்சர் போக வர பாதை ஏற்படுத்த போர்கால வேகத்தில் பணிகள் நடைபெற்றன. அவர் செல்ல வேண்டிய பிரதான சாலைகளுக்கு வழி ஏற்படுத்த நெடுஞ் சாலைத் துறையினரும் அவருக்கு சொந்தமான வாகனங்களும் ஓயாது பணியாற்றிக் கொண்டிருந்தன. இன்றைக்கு வெளியான செய்தியிலும் சரி, தொலைக்காட்சி செய்தியிலும் சரி, இந்தப் பகுதியின் பேரழிவைப் பதிவு செய்யவில்லை.

இரவுக்கு உணவில்லை. ஆனால் வீட்டில் படுத்துக்கொண்டேன். அம்மா பிடிவாதமாகக் கேட்டும் மறுத்துவிட்டேன். விளக்கு வெளிச்சத்தில் நானும் பொதுவுடையும் பேசிகொண்டிருந்தோம். இரவு தெளிவாக இருந்தது. நேற்றைய ருத்ர தாண்டவத்தின் சுவடுகளே இல்லை. ஒருநாள் நெருங்கப் போவதற்கு அடையாளமாக தாவரங்கள் அழுகும் வாடை மெல்ல வரத் தொடங்கியது.

மின்சாரம் இல்லை. ஜெனரேட்டர் இயந்திரங்களும் இயங்க

வில்லை. இனி இறால்களை வளர்க்க முடியாது. அதை அரிக்கக் கேரளாவில் இருந்து ஆட்களைக் கூட்டமாக இறக்கி இருந்தார்கள் சேட்டன்கள்.

"ஏன்டா ரோடே முழுசா இன்னும் சரியாகல இவனுங்க எப்புடிடா வந்தானுங்க?" அவனுக்கு ஆச்சர்யமாக இருந்தது.

"காலையில இருந்து உங்கய்யாவுக்கு அதுதான வேல"

அவன் சிரித்தான். கோயிலில் சுத்தம் செய்ய ஒரு பட்டாளம் போயிருந்தது, அவர்கள் திரும்பிக் கொண்டிருந்தார்கள். இதெல்லாம் முன்னெடுத்து செய்ய ஒரு ஆதரவாளன் தெருவில் உண்டு. முட்டுக் கொடுத்துக் கொடுத்து பழகியவன். தலையில் ஒரு காவி வண்ணத் துண்டை கட்டியிருந்தான்.

வெற்றிதான் வந்தான்.

"என்னடா உங்காளு இந்த வாரம் எந்த நாட்டுக்கு?"

பொதுவுடை இருந்த சூழலைக் கொஞ்சம் இலகுவாக்கும் காரியத்தில் இறங்கினான்.

"எங்கயும் இல்லண்ணே இங்க தான். நேரா இங்க வந்து பாத்துட்டுப் போய்தான் மத்த வேலை. இப்ப கூட என்ன வேணும்னாலும் கேளுங்கன்னு இங்க சொல்லிட்டாராம். இவங்களும் சேதத்த பாத்துட்டு சொல்லிடுறோமுன்னு சொல்லிட்டாங்களாம்"

சட்டென சோகம் முடிந்து சிரிக்க முடிந்தது.

"குஜராத்துல பூகம்பம் வந்துச்சுல்ல உடனே எல்லோருக்கும் இடியே வுழுந்தாலும் உடையாத மாதிரி முப்பது லட்சம் காங்கிரீட் வூடு கட்டுனார்ணா தலைவரு. வூடுன்னா செங்கல் கிடையாதுண்ணா. முக்கால் சல்லியும் கம்பியும் சிமெண்டும் தான், அப்புடியே கலக்கி ஊத்தி கட்டுனது"

எனக்கு பக்கென்றது.

"சாமி கிளம்புடா"

பொதுவுடை கை கூப்பினான். நல்ல வேலை நேற்றைய புயலைப் பற்றிய அவனது கணிப்பை சொல்லவில்லை. சொன்னால் பொதுவுடை இன்னும் கடுப்பாகி இருப்பான்.

"கோயில் வேல முடிஞ்சுதாடா?"

“எங்கண்ணா ரெண்டு நாள் முன்னாடி இருந்த செட்ட காணும். வீரன் கையிலிருந்த அருவாள காணும், வயல் பக்கம் நாளைக்கு போய் தேடணும். கை வேற உடைஞ்சுட்டுன்ணா”

வெற்றி கவலையோடு சொல்லிக்கொண்டிருந்தான்.

“அவரு முன்ன நல்லாதான்டா இருந்தாரு. லோக்கல் சரக்கா வாங்கி படையலுக்கு வச்சு நரம்பு தளர்ச்சியில உட்டுட்டாரு. இனிமேலயாவது சரக்கு வாங்கி வச்சா காரைக்கால்ல போய் நல்ல பிராண்டா வாங்கி வைங்கடா”

பொதுவுடை தன் வழக்கமான பாணிக்கு மாறினான். வெற்றி, மெல்ல நகர ஆரம்பித்தான்.

“டேய் விடங்களூர்ல இதே பிரச்சனை தானாம். அது வரைக்கும் கட்டு கட்டாம இருக்காதிங்கடா. மாவு கட்டாவது போட்டு விடுங்க”

நகர்ந்து விட்டான் வெற்றி.

“பாவம் டா அவன விடு”

பொதுவுடை சமாதானமாகவில்லை.

“டேய் அப்பன் எதுவும் சேத்து வச்சிட்டு போகல. இன்னும் சந்துல தான் நிக்கிறோம். இப்ப கைல எவ்வளவுடா வச்சிருக்க?” யோசித்தேன்.

“அக்கவுண்டுல நானூறு இருக்கு”

“ம்- இன்னமும் எவன்ட்டயாவது அன்னன்னிக்கு கையேந்திகிட்டு தான் காலம் ஓட்டுறோம். நம்ம கடவுளெல்லாம் ஒன்னு பணக்காரனுக்கானது இல்லன்னா சாதியில மேல் சாதிக்கு சொந்தமானது. இங்க இருந்து பொண்ண தூக்கிட்டு போய் கொன்னுட்டாலும் அவனுக்கு விடுதலை வாங்கி கொடுத்துட்டுதுன்னு கிடா வெட்டி கொண்டாட அனுமதிக்குது, அதை உரிக்க கறி வெட்ட நம்மளையே போய் நிக்க வைக்கிது. இந்தா புயலடிச்ச நாலு மணி நேரத்துல அரசியல்வாதி சிரமப்பட கூடாதுன்னு பாதையும் பத்து கேவி ஜெனரெட்டரும் வர வழி பண்ணுது. போடா” அவன் சீரியஸானான்.

“சரி விடு. தூங்கறதுக்கு என்ன பன்றது?”

அப்போதுதான் ஞாபகம் வந்தது. இளமாறன் வந்தான். வீட்டில் தூங்கறதுக்கு அவனுக்கும் வாய்ப்பில்லை. அவன் வேனில் போய்

தூங்கப் போவதாக சொன்னான்.

ஊரில் இருக்கும் வாடகை வேன், பேருந்து கண்டெய்னர் எல்லாம் நடமாடும் வீடாக மாறிவிட்டது.

கொசு அதிகமிருந்தது. போர்த்த போர்வையில்லை. கீழே விரிக்க ஏதாவது வேண்டும். எதுவுமில்லை. பொதுவுடை ஒரு மட்டையை வெட்டி வந்தான். இரண்டாக வகுந்து இரண்டு கீத்தாக முடைந்தான்.

“டேய் பச்ச மட்டடா”

அவனுக்கு அதில் எந்தப் பிரச்சனையும் இல்லை.

“வேற என்ன மயிரு இருக்கு?”

அவன் கோபமாகப் பார்த்தான். எனக்கு ஒன்றை வாங்கிக் கொண்டேன். நேற்றைய அவஸ்தையின் களைப்பு. உறக்கம் வந்து தழுவியது. உடலெல்லாம் ஓர் அயர்வு மெல்ல பரவியது.

‘எப்படி இருக்கிறாய் சிந்து?’

கண்களை மூடிக்கொண்டேன். விழியோரம் சூடு பரவிய ஞாபகம்.

இரவு நகர்ந்தது தெரியவில்லை.

காலையில் பொழுதுபோக்குத் தகவல் அம்சங்களுடன் விடிந்தது. வெற்றிதான் எழுப்பினான். ‘அண்ணே நீ கேளேன்’ எனும் தொனியில் ஒவ்வொருவரிடமும் சொல்லிக் கொண்டிருந்தான்.

மண்ணெண்ணெய் அடுப்பில் வெறும் தேநீரைச் சுட வைத்துக் கொண்டிருந்தான் ராமலிங்கம். மணி பத்தாகிவிட்டது. பொதுவுடை மண்டபத்துக்கு போய் வந்தான். திருவாரூரில் இருந்து ரொட்டியும் பாலும் நிவாரணம் வந்ததாம். ஒரு பாக்கெட் ரொட்டியும் பையில் பாலும் கட்டிக்கொண்டு பக்கிரி அண்ணன் ஓடி வந்தது. அவர் மீது எனக்கு எப்போதும் ஒரு பேரன்பு உண்டு.

“ரொம்ப நன்றிண்னே. நீ ஏன் வந்த? யார் கிட்டயாவது குடுத்து உற்றுக்கலாம்ல?”

“இன்னும் ஒரு மணிநேரத்தில் சோறு ரெடியாயிரும் இன்னைக்கு எலுமிச்சை சாதம். நம்ம காதர் கடையில் இருந்து இரநூறு கிலோ அரிசி அனுப்பிருக்காரு. அவர் கொல்லயில எலுமிச்சை நிறைய. அதான் இன்னைக்கு எலுமிச்சை சாதம். வர்ரேன்டா”

கிளம்பிப் போனார். பக்கிரி அண்ணன் வந்ததில், அவனை மறந்துவிட்டேன்.

"அடேய் இந்த வெற்றி எங்கடா?"

"என்னடா உங்க தலைவரு எப்ப வர்ராரு?" பொதுவுடை தான் ஆரம்பித்தான்.

"இல்லண்ணே கிளம்புனாராம் முக்கியமான வேலையாம்"

"எவனாவது தொழிலதிபர் வெளிநாட்டுக்கு தப்பி ஓடுறானாடா?" பொதுவுடை ஆரம்பித்தான்.

"இல்லண்ணே"

"பின்ன என்ன? பிளைட் ஆயில் சர்வீஸுக்கு போயிருக்கா?" பொதுவுடை விடவில்லை.

'அவன் சொல்ல வந்தத கேளுங்கடா' எனக்கு ஏதோ பிரச்சனையாக இருக்கலாம் எனத் தோன்றியது.

"ஒன்னுமில்லண்ணே நம்ம அமைச்சர் அன்பழகன் இல்ல, அவரு செய்தியாளர்களை சந்திச்சிருக்காரு. பேட்டி குடுத்தப்ப புயலால எந்த பாதிப்பும் இங்க இல்லன்னு சொல்லிட்டாராம். ஊர்க்காரனுங்க கடுப்பாகி அடிக்க துரத்திருக்கானுங்க. வேற வழி இல்லாம மண்டபம் பின் பக்கமா ஓடி காம்பவுண்ட் ஏறி குதிச்சு தப்பிச்சிருக்காரு. பேஸ்புக்குல வாட்சப்ல இன்னிக்கு அந்த ஹைஜம்ப் தான் வைரலாம்" சந்தோஷமாகச் சொன்னான்.

"ஏன்டா சொந்த கட்சி அமைச்சர கலாய்குற, அறிவில்ல?" பொதுவுடை வழக்கம் போல ஆரம்பித்தான்.

"வர்றேண்ணே" மெதுவாகக் கிளம்பினான் வெற்றி.

"அவன் பாவம்டா" சிரித்தேன்.

"அது இருக்கட்டும். இது என்னடா புது பிரச்சன? அவர அடிக்க துரத்துற அளவு பிரச்சனைன்னா, சும்மா இருக்க மாட்டார்றா அவரு"

இன்று பாதை சீராகி இருப்பதாகச் சொன்னார்கள். வாகனங்கள் போக முடியும் என்றார்கள். நானும் பொதுவுடையும் கிளம்பினோம்.

கிழக்குக் கடற்கரைச் சாலை வரும்வரை வழிநெடுக எதையும் பார்க்கச் சகிக்க முடியவில்லை. தினமும், ஒரு மாந்தோப்பைக்

ஷக்தி 103

கடந்து போவேன். இன்று அது இருந்த இடமே தெரியவில்லை. அந்தத் தோப்பில் ஒரு மரம் கூட இல்லை.

"ஒவ்வொரு மாங்காயும் கால் கிலோ இருக்கும்டா, மொத்தமா போய் கிடக்கே" பொதுவுடைக்கு கண்களே கலங்கிவிட்டது.

போரில் கொத்துக் குண்டு வீசிய நிலம் போல காட்சியளிக்கிறது இந்த நிலப்பரப்பு. எங்கும் அதே காட்சிகள். ஒரு போர்க்களத்தில் இருந்து வெளியே வரும் ஞாபகம்.

ஓர் ஓட்டுக்கு இங்கிருக்கும் மதிப்பு வேறு. ஓர் உயிருக்கு இங்கிருக்கும் மதிப்பு வேறு.

மீனாட்சி ஆசாரியின் கொல்லுபட்டறை ஆத்துக்குள் விழுந்து விட்டது. பாவம் அவரது வீடும் இப்போது இல்லை. இன்னும் கடலோர மீனவக் கிராமங்கள் என்ன ஆனது எனத் தெரியவில்லை. படகுகள் போயிருந்தால் அவர்கள் மீள்வது இன்னும் கடினம். ஒரு மரவள்ளிக் கிழங்கு கொல்லை முற்றிலும் அழிந்து கிடந்தது. இனி கிழங்கு வெட்டுவதும் கடினம்.

"சுத்தி எங்கயும் பாக்காம வண்டிய ஓட்டு" பொதுவுடைக்கு மனநிலை புரிந்திருக்க வேண்டும்.

திருவாரூர் நகருக்குப் பெருத்த சேதம் எதுவும் இல்லை.

சிந்துவைப் பார்த்ததும் அழுதுவிட்டேன். பொதுவுடைக்கு கோபம் வந்திருக்க வேண்டும்.

"அழாதடா. தைரியமா அவங்க கிட்ட பேசு. மத்தத பாத்துக்கலாம்"

அவனும் செல்வியும் வெளியில் போய்விட்டார்கள். என்னைப் பற்றி செல்வியிடம் புகார் வாசித்தபடி சென்றான்.

"வர வர பொக்கிஷம் படத்துல வர்ற சேரன் மாதிரி திடீர் திடீர்னு அழுவுறான் பாப்பா"

இன்று டிஸ்சார்ஜ் என்றார்களாம். இப்போது வலி இல்லை நலமாயிருப்பதாகச் சொன்னாள்.

அவள் என்னிடம் ஏதோ கேட்க முயன்று தவிர்ப்பது தெரிந்தது. அவளுக்குள்ளும் கவலைகள் இருக்கத்தானே செய்யும். இரண்டு நாட்களாக பார்க்கவும் இல்லை பேசவும் இல்லை. அவளது மனநிலையை யோசித்துப் பார்க்க, எனக்கு கவலைக் கூடியது.

104 கொண்டல்

சிந்துவின் கைகளைப் பற்றியபடி தரையில் உட்கார்ந்து கொண்டேன். அவள் கண்களும் கசிந்தது.

மருத்துவர் வந்துகொண்டிருந்தார். என்னை வெளியில் அனுப்பிவிட்டார்கள்.

நான் வாசலில் நின்றுகொண்டிருந்தேன்.

"எனக்கு தெரிஞ்சு நீ பண்ணது தேவை இல்லாத வேலை"

முதலில் அவன் எதைச் சொல்கிறான் எனத் தெரியவில்லை. அவனைத் திரும்பிப் பார்த்தேன். அவன் பதில் சொல்லாமலே புரிந்தது. அவனிடம் இப்போது விளக்கங்கள் எதுவும் தர முடியாது. சமயத்தில் வாக்குவாதத்தில் முடியலாம். அவன் இந்த வாழ்வின் எல்லாப் பக்கங்களையும் பார்த்தவன். நிறைய அடியை காதலிலும் வாழ்விலும் வாங்கி இருக்கிறான். அதன் யதார்த்தத்தை அவனைத் தவிர மிகச் சரியாக யாராலும் உணரவும் முடியாது.

"மதிய சாப்பாட்டுக்கு மண்டபம் போயிறலாம்"

பொதுவுடை சொன்னதும்தான் ஞாபகம் வந்தது. ஒருபுறம் கையில் காசில்லை. உணவகங்களும் எதுவும் திறந்திருக்கவில்லை.

வெளியில் வந்த செல்வியிடம் சொல்லிவிட்டு கிளம்பினோம். சிந்துவை ஒருமுறை பார்க்க வேண்டும் போலிருந்தது. செவிலியர்கள் உள்ளே விடவில்லை.

நான் கெஞ்சினேன். அவள் காவலாளியை உரக்கக் கூப்பிட்டாள்.

தலைக்காட்டுக்கு பயணமானோம்.

* * *

10

ஊடகங்கள் ஊருக்குள் வந்தன. இளமாறன் தன் நண்பர்கள் மூலமாக அதை ஏற்பாடு செய்திருந்தான். இந்த ஊரின் பாதிப்புகளை வெளியே சொல்ல வேறு வாய்ப்புகள் எதுவும் இல்லை.

ஊர்தோறும் மறியல் நடக்கிறது. அரசு அதிகாரிகள் யாரும் வருவதில்லை. அதைக் கவனத்துக்கு எடுத்துச் செல்ல வேறு வழியும் இல்லை.

எல்லா இடங்களிலும் மக்கள் சாலையில்தான் சமைத்து உண்கிறார்கள். அரசுக்கு எதிர்ப்பைக் காட்ட சாலைகளை மறிக்கிறார்கள்.

நிறைய இடங்களில் தூக்கமும் அங்குதான். ஒவ்வொரு சாலைத் திருப்பமும் ஒவ்வொரு கோயிலும் ஒவ்வொரு பேருந்து நிறுத்தமும் பள்ளிக்கூடங்களும் சமுதாயக் கூடங்களும் ஒரு முகாம்தான்.

திருமணக் கூடங்களை அரசு மறு சீரமைப்பு பணிக்கு வருகிறவர்களுக்காக ஒதுக்கியது. அமைச்சரின் காவலுக்கு மட்டுமே, இன்று ஒரு நூறுபேர் வந்திருப்பார்கள். அவர்கள் அங்கு தங்க வைக்கப்பட்டனர்.

இன்னும் உணவு கிடைக்காமல் இரண்டு நாட்களாக பட்டினியோடு கிடக்கும் இடங்களும் இருக்கிறது. நேற்று அமைச்சர், கடலோரப் பகுதிகளில் பார்வையிட்டுக் கொண்டிருந்தபோது ஏற்பட்ட தகராறில் அவர் ஏதோ

பேச, பாதிக்கப்பட்டவர்கள் எதிர்ப்பு தெரிவிக்க, கோபமாக அவர் பேசியது அந்த மக்களுக்கு பெரும் கோபத்தை ஏற்படுத்தியிருக்க வேண்டும்.

அவருடைய காரை அடித்துச் சேதப்படுத்தி இருந்தார்கள். உருத்தெரியாத அளவுக்கு அந்தக் கார் ஆகியிருந்தது. அவருக்கு ஆதரவாக போலீஸும் தடியடியில் இறங்கியது. எத்தனைப் பேர்மீது வழக்குப் பதிவெனத் தெரியவில்லை.

இன்று தலைக்காட்டில் போராடுவது என முடிவானது.

மண்டபத்தில் இருந்து எல்லோரும் கிளம்பி வந்துக் கொண்டிருந்தார்கள். அனைத்துக் கட்சியின் சார்பில் சாலை மறியல்தான். ஒரு குறிப்பிட்ட ஊரின் சார்பிலோ அல்லது எங்களின் சார்பிலோ அது நடக்கவில்லை. ஊரே திரண்டிருந்தது.

கடைத்தெருவில் இருக்கும் வேதையன் மாமாவின் கட்சி அலுவலகத்தில், நானும் வெற்றியும் எல்லோருக்கும் டீ வழங்கிக்கொண்டிருந்தோம்.

"புயலுக்கு எங்க இருந்த மாமா?"

ஆர்வமாகக் கேட்டேன். அவர் அலுவலகத்துக்கும் பக்கத்தில் இருக்கும் ஆளுயரக் கட்சிக்கொடியின் கட்டைக்கும் இடையில் ஒளிந்திருந்ததாகச் சொன்னார். புயலில் காற்று ஆரம்பித்ததும் அவரது அலுவலகத்தின் கொட்டகை பறந்ததைச் சொல்கையில் அவருக்குள் ஓர் அழுகை வந்து முட்டியது.

"இங்குன தான்டா மாப்ள ஒக்காந்து கிடந்தேன்"

குறுகலான அந்த இடத்துக்குள் அவ்வளவு மணிநேர உயிர் போராட்டத்தை நினைத்தேன். அவரை இறுகக் கட்டிக்கொண்டேன்.

"நீ ஹீரோ மாமா"

"வேதன மயிர கௌப்பாத. ஒரு வாரமா சுகர் மாத்திரை போடாம, சட்டுன்னு ஒரு வேலைய செய்ய முடியலடா மாப்ள"

ஒரு சேரில் ஓரமாக உட்கார்ந்துவிட்டார். அவருக்கு, நேரத்துக்கு உணவும் இல்லை. பாவமாக இருந்தது. அவருக்கு சர்க்கரை தொந்தரவுகள் அதிகம். காலில் புண் வந்த பிறகுதான் ஒழுங்காக மருந்துகள் எடுக்கிறார்.

காலையில், அமைச்சர் அன்பழகன் அவரது நெருங்கிய உறவினர் புயலில் இறந்துவிட அந்தத் துக்கத்துக்குப் போயிருந்தார். அவர் இப்படியேதான் தன்னுடைய வீட்டுக்குப் போக வேண்டும். அனைவரும் நான்கு சாலை பிரியும் தலைக்காடு பேருந்து நிலையத்தில் அமர்ந்தோம்.

அமைச்சர் துக்கத்திற்கு போனபோது அவருக்குப் பாதை அமைத்துத் தர ஒரு ஜேசிபி இயந்திரமும் கூடவே போனது. சுடுகாட்டுக்கு, உறவினருக்கு காரியம் செய்யப்போக பாதையை ஒழுங்கு செய்யப் போனதாகச் சொன்னார்கள்.

கூட்டமாக மக்கள் பேருந்து நிறுத்தத்திற்கு நகர்ந்தார்கள். இடமே இல்லாமல் நிரம்பிக் கிடந்தது அந்த இடம்.

அன்பழகனின் வீட்டுக்கு மெயின் ரோட்டிலிருந்து போய்வர, பாதை எல்லாப் புறமும் சீரமைத்திருந்தார்கள். எப்போது மீடியாக்காரர்கள் கேள்வி எழுப்பினாலும், ஒரு சேதமும் இல்லை என்பதை அவர் திரும்பத் திரும்பச் சொல்லிக் கொண்டிருந்தார். ஒருவேளை அப்படிச் சொல்லச் சொல்லி இருப்பார்கள் போல, இதனால் அவருக்கு செல்லும் இடங்களில் எல்லாம் பிரச்சனைகளும் சிறப்பாகக் கிளம்பியது.

தொடர்சியான சாலை மறியல்கள், யாரையும் எங்கும் நகரவிடாதபடி முடக்கி வைத்திருந்தது. செய்தியாளர்களைப் போய் பைக்கில் அழைத்துவர வேண்டி இருந்தது. இளமாறன் போய் அழைத்து வரப் போயிருந்தான், மூன்று பைக்குகள் போனது. இன்று வழக்கம் போல பெட்ரோல் பங்குகள் செயல்பட ஆரம்பித்து விட்டன.

செய்தியாளர்களை ஒரு மணிநேரத்தில் கூட்டி வந்தார்கள். அது எதிர்க்கட்சியின் செய்தி சேனல். அவர்கள் பேட்டியெடுத்துக் கொண்டிருந்தார்கள். மதியமாகிவிட்டதால் அவர்களைச் சாப்பிட அழைத்துப் போனான் இளமாறன்.

முகத்துவாரத்தில் கடைமேட்டுக்கு அருகில் சாலையில் சமைத்து சாப்பிட்டுக் கொண்டிருந்தார்கள். கீழ்கட்டளைத் தெருவாசிகள்.

கீழ்கட்டளையில் தாழ்த்தப்பட்ட மக்களின் வீடுகள் ஐம்பது வீடுகள் இருக்கும். ஒரு வீடுகூட காற்றுக்குத் தப்பவில்லை. இருபதுக்கும் மேற்பட்ட கால்நடைகள் செத்துவிட்டிருந்தன. ஒரு காலனி வீடு தன் வசத்தை திருப்பி இருந்தது. அப்படி ஒரு சூறையாட்டம் அங்கு.

கடலின் உப்புநீர் உள் வந்ததில் தெருவுக்குள் உப்பு நீரேறி வீடுகளுக்குள் செல்லமுடியாத அவல நிலை. சாலையில் சமைத்துச் சாப்பிட்டு அங்கேயே உறங்கிக் கொண்டிருந்தார்கள். சாலை ஓரம், தற்காலிகமாக படுதாக்கள் கொண்டு டெண்ட் அடித்து இருந்தார்கள்.

அங்கிருந்து காலையில் தமிழரசன் வந்து உருளைக்கிழங்குகளை சமையலுக்கு கொடுத்துவிட்டுப் போனான். அவன், கோடியக்கரைக் காடுகளைப் பற்றி காலையில் சொல்லிச் சென்றது இன்னும் பெரும் கவலைகளைத் தந்திருந்தது.

மாடுகளின் கன்றுகள் பாலூட்டும் பருவம் முடிந்ததும் கன்றின் மீது உரிமையாளர் தங்களது பெயரின் எழுத்துகளை சூடு வைத்து இங்கு, காட்டில் விட்டுவிடுவது உண்டு. ஒரு குறிப்பிட்ட மாதங்களுக்குப் பிறகு அதை ஓட்டி வந்துவிடுவார்கள். அதாவது ஓட்டி வரும்போது அது சினையாயிருக்கும். அதன்பின் அதை வீட்டுக்குப் பழக்குவார்கள். அதன் மூர்க்கக் குணங்கள் மறைந்து, அது கறவை மாடாகிவிடும்.

அப்படி காடுகளில் திரிந்த இருநூறு மாடுகளுக்கு மேல் காற்றில் எங்கு போவது எனத் தெரியாமல் இறந்து கடற்கரை ஓரம் கிடந்திருக்கின்றன. ஒருவேளை காற்று கரையைக் கடந்தபொழுது அவை மேற்கே காட்டுக்குள் ஓடி வந்திருக்க வேண்டும். எதிர்க்காற்று திரும்பியபோது என்ன செய்வதெனத் தெரியாமல் அவை கடலை நோக்கி ஓடியிருக்க வேண்டும். அலையின் கொடூர சீற்றத்தில் சிக்கி உயிரிழந்திருக்க வேண்டும்.

இயந்திரங்கள் உதவியுடன் மாடுகளை அள்ளிப் புதைத்தார்களாம்.

வனவிலங்கு சரணாலயத்திலும் இதே நிலைதானாம். இறந்த மான்களை மூன்று லாரிகளில் அள்ளி வந்து, குழி வெட்டிப் புதைத்தார்களாம்.

கடற்கரை கிராமமும் அப்படித்தான். அவர்களுக்கு, வீட்டைவிட படகுகள் தான் வாழ்வாதாரம். படகுகள் எல்லாம் உடைந்து கிடப்பதாகச் சொன்னான். காலையில் எனக்கு சாப்பிடத் தோணவே இல்லை.

இன்று காலையில், அமைச்சர் துக்கத்திற்கு சென்ற ஊரில் பிரச்சனை ஆகிவிட்டிருந்தது. அவர் அங்கிருந்து இருசக்கர வாகனத்தில் தப்பித்து பிரதான சாலையில் நின்ற போலீஸ் வாகனத்தில் ஏறி, தப்பிச் சென்றிருந்தார். எங்கும் தொலைத்தொடர்பு இல்லாததால் அவரைத் தொடர்புகொள்ள முடியாமல் போலீஸ்

வாகனங்கள் எல்லாச் சாலையிலும் அவரது வருகைக்காகக் காத்து கிடந்தது.

இங்கு சொந்த ஊரே அவருக்காகக் காத்திருக்கிறது.

அதிகாரிகள் வந்து சேர்ந்தார்கள். பேச்சு வார்த்தை தொடங்கியது. உணவுக்கு ஒரு குறிப்பிட்ட தொகையை ஒதுக்கித் தந்தால் உணவு தயாரித்து வழங்குவது தங்களது பொறுப்பு என ஒரு கட்சியினர் வாதிட்டுக் கொண்டிருந்தனர்.

இன்னொரு பிரிவினர் அரிசியை வழங்கி ஒரு தொகையை வழங்க வேண்டும் எனக் கேட்டனர். இது ஓர் இழுபறியாகவே போய்க்கொண்டிருந்தது.

கோட்டகத்தின் சார்பில் பேசும்போது, அரசிடம் இருந்து வீடுகளை சரிசெய்ய இடைக்கால உதவித் தொகையும் சாப்பிட முகாமுக்குத் தேவையான அரிசியும் சமையலுக்கு பருப்பும் ஆயிலும் ரேசனில் இருந்து கொடுங்கள் என்றோம்.

அவர்கள் தரப்பில் இருந்து எந்த பதிலும் இல்லை. அவர்களால் எந்த உறுதியும் தர இயலவில்லை. அவர்கள் வந்தது சாலை மறியலைக் கைவிடச் சொல்லி. மறியலை கை விடுவதில்லை என உறுதியாக இருந்தோம்.

அதிகாரிகளின் வாகனம் அடுத்த இடத்திற்கு புறப்பட்டது.

இந்தப் போரட்டத்தை மூன்றுமணி செய்தியில் நேரலைச் செய்தார்கள். எல்லோரும் இந்தப் பகுதிகளைப் புறக்கணிப்பதாக செய்திகளில் இளமாறன் பேசினான். மதியம் முகாமுக்கு போய் சாப்பிட்டுவிட்டு வந்து எல்லோரும் போராட்டத்தில் இருந்தார்கள். கொஞ்சம் கூட்டம் குறைந்தது. சாப்பிடப் போயிருந்தார்கள்.

ஒரு செய்தியாளரும் அவரது உதவியாளரும் வேதாரண்யம் போக வேண்டும் என்றார்கள். நானும் பொதுவுடையும் விட்டுவிட்டு வர ஆளுக்கொரு பைக்கில் கிளம்பினோம். கீழ் கட்டளையில் சமைத்துக் கொண்டிருந்தார்கள்.

“சாப்பிட வந்திருங்க பங்காளி”

தமிழரசன் வேகமாகக் குரல் கொடுத்தான். கையசைத்தபடி வாகனத்தைச் செலுத்தினேன். வேதாரண்யத்தில் ஒரே ஒரு டீ கடை திறந்திருந்தது. செய்தியாளர் எங்களுக்கு டீ வாங்கிக் கொடுத்தார். விடைபெற்றுக் கிளம்பினோம்.

கடைமேட்டுக்கு முன்பு எங்களை நான்கைந்து வாகனங்கள் கடந்து போனது. இந்த வாகனங்களுக்கு இங்கு இப்பொழுது வேலை இல்லை. எனக்குக் கொஞ்சம் புரிந்தது. மக்களுக்கு இடரில் பணியாற்றி உடனிருக்க வேண்டிய காவல்துறை, அமைச்சரின் மான மரியாதைக்காக மக்களை நசுக்கக் கிளம்பி போகிறது.

"எங்கடா போறானுங்க?" பொதுவுடைக்கு அச்சமாக இருந்தது.

"நிச்சயமா நம்மள உதைக்க தான்டா"

நான் வேகத்தைக் குறைத்து பின்னால் தொடர்ந்தேன்.

அமைச்சரின் பாதுகாப்பு காவல்துறை வாகனங்கள் கடைமேட்டில் இருந்து கீழ்கட்டளைக்குள் திரும்பும்போது சாலையில் சமைத்துக்கொண்டிருந்தவர்கள். அமைச்சர் வரலாம் என்ற ஆர்வத்தில் வாகனத்தைப் பார்த்துக் கொண்டிருந்தார்கள்.

சட்டென வாகனத்திலும் அதன் பின்னால் வந்த வாகனத்திலும் வந்த போலீஸ்காரர்கள் தடியடியில் இறங்கினார்கள். ஏன் எதற்கு? என எதுவும் சொல்லாமல் தாக்குதலில் இறங்கினார்கள்.

ஒருவரிடமும் நிதானம் இல்லை. தாக்க வேண்டும் என்ற நோக்கில் தயாராக வந்தவர்கள் அவர்கள். எதையும் கேட்கவில்லை. ஆண்கள் வலி தாளாமல் ஆற்றில் குதித்தார்கள். பெண்களால் எதுவும் செய்ய முடியவில்லை. தெருக்களில் ஓட இயலாது. கடல்நீர் சகதி போலக் கிடக்கிறது.

போட்டிருந்த தற்காலிக படுதா கொட்டகைகளைக் கிழித் தெறிந்தார்கள். எட்டு வயது சிறுவனுக்கு மண்டை பிளந்து ரத்தம் வழிந்தது. அவனைத் தூக்கிக்கொண்டு வேதாரண்யம் மருத்துவமனைக்கு ஓடினார்கள். முப்பதுக்கும் மேற்பட்ட ஆண்களைச் சுற்றி வளைத்தார்கள்.

"ரோட்டுல உங்களுக்கு மறியல் மயிரு"

சுற்றி நின்று, தாக்கத் தொடங்கினார்கள். அவர்கள் கெஞ்சினார்கள். பலனில்லை. பெண்கள் பெருங்குரலில் அழுதார்கள். அனைத்தையும் இழந்து நிற்பவனை இம்சிப்பது எத்தனை வக்கிரமான எண்ணம்.

கொட்டகை அமைத்திருந்த கம்புகளைப் பிடுங்கி ஆற்றில் வீசினார்கள். படுதாக்கள் கிழிக்கப்பட்டு காற்றில் பறந்தன. அதில் மறுவேளைக்கு சமையலுக்கு இருந்த அரிசி மூட்டையின்

மையத்தில் லத்தியைச் சொருகி எடுத்து அதற்குள் அங்கிருந்த மண்ணெண்ணெயை ஊற்றினார்கள்.

சாப்பிடத் தயாராக இருந்த மதிய உணவைக் கீழே தள்ளி விட்டார்கள். பெண்கள் முட்டியளவு நீருக்குள் ஓடினார்கள். விறகுகள் பாத்திரங்களை அள்ளி பள்ளத்தில் வீசினார்கள்.

இப்போது சாலையில் யாரும் பொதுமக்கள் இல்லை. போலீஸ் வாகனம் கிளம்பியது.

பின்னால் சிறு இடைவெளியில் காவலர்கள் நிறைந்த அதிவிரைவுப் படை வாகனம் ஒன்றும் கிளம்பியது. இரண்டு போலீஸ் வாகனங்களும் தலைக்காட்டுக்கு போயின.

ஊரில் எப்படி? யாரிடம் சொல்வது? எனத் தெரியவில்லை. வண்டியை வேகமெடுத்தேன். அவர்கள் வாகனத்தை முந்துவது நல்லதல்ல. நீண்ட இடைவெளியில் பின்னால் தொடர்ந்தேன்.

தலைக்காட்டில் அந்த வாகனங்கள் நின்றதுதான் தாமதம். அத்தனைப் போலீஸ்காரர்களும் இறங்கி அடிக்கத் தொடங்கினார்கள். யாரையும் கலைந்து போகக்கூடச் சொல்லவில்லை. ஆளுங்கட்சியினர் மட்டும் மெல்ல நகர்ந்துவிட்டிருந்தனர்.

நாலாபுறமும் கூட்டம் சிதறியது. என்னைக் கடந்து மாவட்ட காவல்துறை ஆய்வாளரின் வாகனம் போனது.

கடைத்தெருவுக்குள் சிதறி ஓடியது கூட்டம். பெண்கள் ஆண்கள் பேதமெல்லாம் இல்லை. அப்படி ஒரு கண்மூடித்தனமான தாக்குதல். எங்கு ஓட முடியும்? சாலைகளில்லை. ஒளிந்துகொள்ள வீடில்லை. சொந்த பந்தம் அடுத்த வேளை கஞ்சிக்கு நம் கூடவே கைக்கட்டி நிற்குது. யாரிடம் சொல்வது? எந்தப் பக்கம் யாரைவிட்டு யார் ஓடுவது?

வயதுக்கென ஒரு மரியாதை உண்டு என்பார்கள் ஊரில். இருபத்தைந்து வயதிருக்கலாம் ஒருவனுக்கு, எழுபது வயது பெரியவரை காலால் மிதித்தவண்ணம் தாக்குகிறான். ஒரு கணம் எனக்கு, எதுவும் புரியவில்லை. மக்களும் பதிலுக்கு எதிர்க்க பிரச்சனை வலுவானது.

போலீஸ்காரர்கள் கூட்டத்தைக் கலைப்பதில் குறியாக கண்மூடித் தனமாகத் தாக்குகிறார்கள். துரத்திக்கொண்டு கோட்டகத்தின் தெருக்களில் ஓடுகிறார்கள்.

இப்போது கோட்டகத்துக்குள் இருக்கும் மக்களுக்கும் தகவல் தெரிய வந்ததும் கூட்டம் கடைத்தெருவுக்கு திரும்பியது. ஆயிரக் கணக்கான மக்களை போலீஸூம் எதிர்பார்க்கவில்லை. அங்கு நின்ற அரசுப் பேருந்து அடித்து நொறுக்கப்பட்டது, அமைச்சருக்கு சொந்தமான ஒரு ஜேசிபி வாகனத்தின் கண்ணாடிகள் உடைக்கப் பட்டது.

அவனை நான் முன்பின் பார்த்ததில்லை. அவன் போலீஸ் வாகனங்களின் முன்பக்க கண்ணாடியை மட்டும் உடைக்கிறான். ரோந்து வாகனத்தையோ அதிவிரைவு வாகனத்தையோ அல்ல. காவல் ஆய்வாளரின் வாகனத்தை மட்டும்.

என் சட்டையை யாரோ பின்னால் இருந்துப் பிடிப்பது போலிருந்தது. திரும்பினேன். முகத்தில் லத்தியால் அடி. அதன்பின், எங்கு எத்தனை அடி விழுந்தது எனத் தெரியவில்லை. மெல்ல ஓடி ஆற்றில் பாய்ந்தேன். பொதுவுடையை அடித்துக் கொண்டிருந்தார்கள். வெற்றி, அடி தாளாமல் பாலத்தில் வேகமாக ஓடினான்.

காவல் துறையினர் இப்படி செயல்படுவதற்கு, அப்படி எதுவும் இங்கு நிகழ்ந்து விடவில்லை.

அமைச்சரின் ஜேசிபி வாகனத்தை உடைத்தது ஊர் ஆட்கள்தான். ஆனால் போலீஸ் வாகனத்தை யார் உடைத்தது எனத் தெரியவில்லை. அவனை அடையாளம் காணவும் முடியவில்லை. வாக்குவாதங்கள் வலுத்தது.

காவல்துறையினர், ராஜாவையும் செல்வத்தையும் ஒப்படைக்கச் சொன்னார்கள். ஊர், மறுப்பு தெரிவித்தது. அவர்களை இப்போது அடித்தது போல அடிக்கக்கூடும் என்ற அச்சம் இருந்தது. காலையில் அனுப்பி வைப்பதாக சொன்னார்கள்.

இளமாறன் 108~ஐ அழைத்திருந்தான். நான் கரையேறினேன். முகத்தில் நல்ல வலி. காலில் கடுமையாகத் தாக்கி இருந்தார்கள். பொதுவுடைக்கு இன்னும் மோசமான அடி.

கடைத்தெரு காலியாகிவிட்டது. மண்டை உடைபட்ட இருவர் ஆம்புலன்ஸூக்காகக் காத்திருந்தார்கள். இப்போது அமைச்சரின் கார் கடைத்தெரு வழியாக செல்லாமல் குறுக்குச்சாலையில் அவரது வீட்டை நோக்கி வேகமாக போகிறது.

எனக்கு ஆத்திரமாக இருந்தது.

“முன்னாடி போலீஸ அனுப்பி அடிச்சு விரட்டிட்டு இங்க வந்துகூட பாக்காம போறத பார்றா”

அவனுக்கும் இது ஆத்திரத்தை கிளப்பியது. படித்துறையில் ஏறி மறுகரையில் இறங்கி வயல் வழியாக வீட்டுக்குப் போனோம். அம்மா அங்கிருந்தாள். நல்லவேளை அவளுக்கு ஒன்றும் ஆகவில்லை. லதாவை தாக்கி இருந்தார்கள். அழுது கொண்டிருந்தாள். ஒரு மிரட்சியோடு என்னைப் பார்த்தாள்.

ஈர உடையை மாற்றிக்கொண்டு மீண்டும் கடைத்தெருவுக்கு வந்தேன். போலீஸைக் காணவில்லை, ஆனால் கொஞ்சம் கூட்டம் இருந்தது. காவல் துறையினர் அனைவரும் அமைச்சரின் வீட்டில் இருப்பதாகச் சொன்னார்கள்.

இரண்டு ஆம்புலன்ஸ்கள் வந்து கிளம்பியது, ஒரு தொலைக்காட்சி நேரலையில் இளமாறன் பேசிக்கொண்டிருந்தான்.

“ஊரே அழிஞ்சிட்டு. முதல்வர் வந்து பார்வையிடணும்”

என்ற கருத்தை சொல்லிக்கொண்டிருந்தான்.

“நல்லா பேசுராண்டா”

பொதுவுடைக்கு சந்தோஷம். கடைத்தெருவில் கூட்டம் மெல்ல குறைந்தது. நானும் பொதுவுடையும் ஆற்றங்கரை மதகில் அமர்ந்திருந்தோம். ஒரு புல்லட் சப்தம் கேட்டது. ஆறுமுகம் வந்தார்.

“டக்ளஸு ஊர்ல இருக்காதிங்கடா ஓடிருங்க”

சொல்லியபடி வேகமாகவே போய்விட்டார். எனக்கு ஒன்று நன்றாகப் புரிந்தது. இது மிகச்சரியான திட்டமிடல். நிச்சயமாக வேதையன் மாமாவின் அரசியல் பகையைத் தீர்க்க அன்பழகனுக்கு இது ஒரு வாய்ப்பு. நேற்று அவரது மீதான தாக்குதலில் இருக்கும் நியாயத்தைப் பற்றி பேசி இருக்கும் இளமாறனின் வீடியோவும் வைரலானதாகச் சொல்லி இருந்தான் வெற்றி. காலங்காலமாக இந்தத் தடுப்பணைக்கு வேதையன் மாமாவின் போராட்டம். அதை ஊர் பிரச்சனையாக ஒருபோதும் அமைச்சர் பார்த்ததில்லை.

வேலையில் இருந்த இளமாறனின் அண்ணன், இப்போது ஊரில் இருக்கிறான். நிச்சயம் இது வழக்காக மாறும். இதில் வேறு யாரும் பாதிக்க வாய்ப்பில்லை. கோட்டக இளைஞர்கள் பாதிக்க

வாய்ப்பிருக்கு. அவரது பார்வையில் அணையைத் தடுத்து வழக்கு நடத்திய தலித் மக்கள் மீதும் வழக்கு பாய வாய்ப்பிருக்கு.

"என்னடா சொல்ற?"

"இல்ல பொதுவுடை. இல்லன்னா நாலு மணிநேரமா அன்பழகன் வீட்டில மீட்டிங் நடக்குது. எஸ்பி இங்க வர்றதுக்கு முன்னாடியே அவர் கார் இங்க நிக்குது. அதோட கண்ணாடிய மட்டும் உடச்சிருக்காங்க. ஆறுமுகம் வேற ஓடிடுங்கடான்னு சொல்லிட்டு போறாரு. என் கணிப்பு சரின்னா, நாளைக்கு முதலமைச்சர் புயல் அடிக்காத ஊருக்கு சேதத்த பார்க்க வந்துட்டு போனதும், நம்ம ஆளுங்கள மட்டும் ஒவ்வொருத்தனயா தூக்குவானுங்க"

கட்டையிலிருந்து இறங்கினேன். வீட்டை நோக்கிக் கிளம்பினேன்.

* * *

11

நான் நினைத்தது அப்படியே நடந்தது.

ராஜாவையும் செல்வத்தையும் வழக்கில் கைது செய்யக் கேட்டவர்கள் இன்று அவர்களைத் தேடி வரக்கூடும் என இருவரும் முன் ஜாமீன் பெற பூந்தோட்டத்தில் இருக்கும் உறவினரின் வீட்டில் தஞ்சமானார்கள். போலீஸ் தன் ஆட்டத்தை ஆரம்பித்தது.

நேற்று ஆறுமுகம் எச்சரித்துவிட்டுப் போகவில்லை. அவரைப் பணி இடமாறுதல் செய்திருக்கிறார்கள். யார் யார் மீது நடவடிக்கை எனப் பட்டியல் தயாரானபோது, அவர் அதற்கு உடன்படாத காரணத்தால் அவரைப் பணியில் அஜாக்கிரதையாக இருந்ததாகச் சொல்லி பணியிட மாற்றம் செய்திருக்கிறார்கள்.

புயலில் பெரிதாக சேதத்தை சந்திக்காத ஒரு கிராமத்தில் முதல்வர் ஆய்வு செய்தார். அவரது அறிவிப்புகளைக் கேட்கையில் சந்தோசமாக இருக்கும். அந்த நிமிட மகிழ்ச்சியோடு சரி. ஓர் உயிரிழப்பு என்றால் அவரது சந்தை மதிப்பு பத்து இலட்சம், ஒருவருக்கு அரசு வேலை, வீடு கட்டித் தரப்படும். இந்த மூன்று வாக்குறுதிகளில் இடத்தைப் பொறுத்து இரண்டை உறுதி செய்வார்.

அந்த இரண்டை, மேடையில் பேசும்பொழுது கம்பீரமாக சொல்லிவிட்டு புறப்பட்டுவிடுவார். அவ்வளவுதான். நேற்று எதிர்க்கட்சித் தலைவர் சுற்றுப்பயணத்தில் இருந்தார்.

ஆறுதல்கள் இங்கு நிறைய இருக்கிறது. அது கிடைக்கிறது பிரச்சனை இல்லை. தேவை, இந்த வயிற்றின் பசிக்கு சோறு, தூங்க குடிசைக்குக் கீற்று, மானத்துக்கு ஒரு மாற்று உடை. அத்தியாவசிய முதல் தேவை அதுதான்.

ஏராளமான நிவாரண உதவிகளுக்கு தனியார் அமைப்புகளிலிருந்தும் தமிழகத்தின் எல்லாப் பகுதியிலிருந்தும் வாகனங்கள் குவிந்தன. பிரதானச் சாலைகளில் வாகனங்களை மறைத்துப் பொருட்களை எடுத்துக்கொண்டார்கள். எந்த நபரின் கைகளில் வாகனம் பொருட்களோடு சிக்குகிறதோ, அதை அவரது சாதியினர் மட்டும் பிரித்துக் கொண்டார்கள்.

எஸ்சி நிவாரண முகாம் என எழுதிப்போட்டு உதவி கேட்கும் நிலை கடலோரக் கிராமங்களில் இருந்தது. 'நம்ம ஆளுங்க எவனாவது கொண்டு வந்தா குடுப்பான்ல' என்ற நம்பிக்கையில் காத்திருப்பார்கள்.

பக்கத்தில் ஒரு கிராமத்தில், ஒரு லாரி நிறைய வந்த நிவாரணப் பொருட்களைத் தேவாலயத்தில் இறக்கிக் கொண்டார்கள். நள்ளிரவில் கிறிஸ்தவர்களுக்கு டோக்கன் வழங்கப்பட்டு வெறும் இருபது குடும்பங்களுக்கு அவ்வளவு பொருட்களையும் பகிர்ந்துக் கொண்டார்கள்.

நிறைய இஸ்லாமிய அமைப்புகள் அயராது கொண்டு வந்து சேர்த்தார்கள். எங்களுக்கு அவர்கள் உதவியும் முக்கியமானது. திருத்துறைப்பூண்டிக்குப் பக்கத்தில் உள்ள ஜமாத்திலும் தேவாலய முறையைப் பின்பற்றினார்கள் என்றார்கள்.

சுகாதாரத்துறை அமைச்சராக இருந்தவரின் கட்சியில் அவர்களது சாதிக்குள் மட்டும் பணப் பட்டுவாடாகூட நடந்தது. அவர்கள் நிவாரண வாகனங்களை ஊருக்குள் விடுவதே கிடையாது.

நாமா அல்லது அவர்களா? என்று பெரும்பான்மை சாதியினரும் களத்தில் இறங்க, நிவாரண வண்டிகள் இந்தப் பக்கம் வருவதை நிறுத்தியது. உச்சக்கட்டமாக இரண்டு வேன்களை உடைத்து ஓட்டுனர்களைத் தாக்கினார்கள். நிவாரணப் பொருட்களுடன் வேனில் இருந்த தார்பாயையும் தூக்கிக்கொண்டு போயிருந்தார்கள். எங்கு பார்த்தாலும் இந்தப் பிரச்சனை அதிகமானது.

இன்று காலையில் ராஜாவைத் தேடி வந்த போலிஸார் அவர்களுக்குத் தெரியாமல் நிவாரணம் வழங்கக் கூடாதென எச்சரித்து இருந்தார்கள். வருகிற நிவாரண வாகனங்கள் அத்தனையும் காவல்

நிலையத்துக்குத் திருப்பி அனுப்பப்பட்டன. நாகைக்குப் பக்கத்தில் இப்படி நிறுத்தி இருந்த ஒரு லாரியைக் காணவில்லை எனத் தேடிக் கொண்டிருந்தார்கள்.

நிவாரணத்திற்கு நீண்ட கரங்கள் பரிசுத்தமானவை. அன்பின் கரங்கள். எங்கெங்கு இருந்தோ பொருட்கள் வந்து குவியும். இங்கிருந்து பெற நீண்ட கைகள் பொருட்களின் தரத்தை, தங்களின் இனத்தின் தேவையைப் பார்த்துக் கேட்டன. இன்னும் இரண்டு மாதத்திற்கு தேவையான சமையல் பொருட்கள் பெரும்பான்மை மக்களிடம் இருக்கின்றது.

எங்களிடம் கொஞ்சம் நிவாரண உதவியைக் கொண்டுவந்து சேருங்கள் எனப் போனவர்களுக்கு எந்த பதிலும் இல்லை. இந்த நிலையைப் பற்றிய இளமாறனின் வீடியோ ஒன்றை ஒரு வார இதழ் இணையத்தில் வெளியிட, சிலர் பிடிவாதமாக எங்களைத் தேடி நிவாரணத்தைச் சேர்க்கத் தொடங்கி இருந்தனர்.

கலவரத் தினத்தன்று கண்காணிப்பாளர் வாகனம், அரசுப் பேருந்து மற்றும் ஒரு ஜேசிபி வாகனம் ஆகியவற்றை சேதப்படுத்தியதாக புகார் ஒன்றை கலவர தினத்தன்றே வழக்காகப் பதிவு செய்கிறது காவல் துறை.

இந்தியத் தண்டனை சட்டம் 294பி, 323, 324, 341, 307, பொதுச் சொத்தை சேதமாக்கிய பிரிவில் PPD3(1) ஆகிய பிரிவில் வழக்கைப் பதிவு செய்தார்கள். இதில் இளமாறன் உட்பட ஐந்து ஆண்கள் பெயரும் மேலும் பலர் எனவும் குற்றவாளிகளாகப் பதிவு செய்யப்பட்டது.

'மேலும் பலர்', எனும் ஒரு வார்த்தையில் யாரை வேண்டுமானாலும் அவர்களது விருப்பம் போல காவல்துறை பதிவுசெய்து, கைது செய்துகொள்ளலாம்.

காலையில் இருந்து காவல்துறை, இந்த வழக்கில் கைது செய்யத் தீவிரம் காட்டியது. இந்தப் போலீஸ் கூட்டத்தைப் பார்த்ததும் பயமாக இருந்தது. இன்னொரு வழக்கில், வேதையன் மாமாவையும் அவரது இன்னொரு மகன் மணிமாறனையும் சேர்க்க முயல்வதாகச் சொன்னார்கள்.

இளமாறன் தான் முதல் குற்றவாளி. அதில் காரணமிருந்தது ஒருமுறை தலைக்காட்டுக்கு வரும் பேருந்து, அச்சு முறிந்து விபத்துக்குள்ளானது. இருபுறமும் ஆழமான ஆறுகள். இதில், இப்படியான பேருந்துகளை அமைச்சர் தன் சொந்த ஊருக்கே

அனுமதிக்கலாமா என ஒரு வீடியோவை முகநூலில் வெளியிட்டு இருந்தான். அது அவருக்குக் கடும் கோபத்தை கிளப்பியிருந்தது.

கடற்கரையோர கிராமத்தில் வரவேண்டிய மீன்வளக் கல்லூரியை தன் சொந்த ஊரில் நிறுவ, அன்பழகன் முயற்சி செய்ய அந்தக் கிராம மக்கள் மறியலில் ஈடுபட்டு நீதிமன்றம் வரை சென்று, தங்கள் கிராமத்தில் அமைத்துக் கொண்டார்கள். அந்தக் கிராம இளைஞர்களை அவன் தூண்டிவிட்டதாக ஒரு பிரச்சனையும் நீண்ட நாட்களாக இருந்து வந்தது.

நிச்சயமாக அவன் பழிவாங்கப்படுவான் எனத் தெரியும். இன்று அது வழக்காக வெளிப்பட்டிருக்கிறது. இன்றைய பகலைக் கடக்க அச்சமாக இருந்தது.

நள்ளிரவு இரண்டு மணி இருக்கும். கோட்டகத்தின் தெருக்களில் சப்தம் கேட்டது. கோட்டகத்தின் நான்கு தெருக்களில் போலீஸ்காரர்கள் புகுந்தனர். இருக்கும் வீடுகளில் நுழைந்து, ஆண்கள் யார் இருக்கிறார்கள் எனத் தேடினர். யாரையும் குறிப்பிட்டெல்லாம் தேடி வரவில்லை. கையில் கிடைப்போரைத் தாக்கினார்கள். அகப்பட்டவர்களை, அவர்களுக்கு தோதான வழக்குகளில் எழுதிக் கொண்டார்கள்.

கிழக்குத் தெருவில் இருந்த பெண்களை ஆபாச வார்த்தையில் பேசினார்கள். அத்தனையும் பாலியல் சீண்டலான வார்த்தைகள். அவமானமும் அருவருப்பும் தாளாமல் அவர்கள் ஆண்கள் பதுங்கிய பகுதியைக் காட்டினார்கள்.

“அந்த நாய்ங்கள உள்ள வச்சிட்டு வந்து பொட்டச்சிங்களுக்கு இருக்குடி” அந்த ஆய்வாளர் கர்ஜித்தார். மூன்று பேரை கைதுசெய்து விலங்கிட்டு தாக்கினார்கள். அவர்கள் அலறினார்கள்.

எங்களது தெருவில் மட்டும் இருபத்தியொரு பேரைக் கைது செய்திருந்தார்கள். நான் ஒரு வேப்ப மரத்தின் மீது உட்கார்ந்திருந்தேன். பொதுவுடை விழுந்து கிடந்த தண்ணீர் தொட்டியின் கீழே ஒளிந்திருந்தான்.

கீழ்கட்டளையில் இரண்டு பேர். வடக்குத் தெருவில் மூன்று பேர். தலைக்காடின் மேலத்தெருவில் நான்கு பேரைக் கைது செய்தது போலீஸ். அந்த நான்கு பேரும் பிற்படுத்தபட்ட வகுப்பினர். ஒருவகையில் அன்பழகனின் உறவினர்கள். அவரின் நெடுநாளைய பகையாளிகள்.

கைது செய்யப்படுபவர்கள் எல்லோரும் ஒரே சமூகத்தைச் சேர்ந்தவர்களாக இருக்கக் கூடாதென்பது அவர்களது கணக்கு. அவர்கள் நால்வரைத் தவிர மற்றவர்கள் எல்லோரும் எங்களது சமூகத்தவர்கள்.

விடியற்காலை மூன்று மணிக்குள் கோட்டகம் யாருமின்றி கிடந்தது. பெண்கள் எல்லோரும் போலீஸுக்குப் பயந்து மாரியம்மன் கோயிலில் தஞ்சம் புகுந்திருந்தனர்.

கலவரத்தன்று பத்துக்கும் மேற்பட்ட போலீஸ்காரர்கள் தாக்கப்பட்டதாகவும் இரண்டு பேர் கவலைக்கிடமாக இருப்பதாகவும் சொல்லி வழக்குப் பதிவு செய்தார்கள்.

அதன் அடிப்படையில் ஆறு குற்றப் பத்திரிக்கைகளைத் தாக்கல் செய்தது காவல் துறை.

இந்தியத் தண்டணை சட்டம் 143, 147, 148, 332, 341, 353, பிரிவுகளின் கீழ் இளமாறன் அவனது அண்ணன் மணிமாறன் மற்றும் பலர், என அதிலும் பெரும்பட்டியல் ஒன்று இருந்தது. நானும் பொதுவுடையும், காவல்துறை ஆய்வாளரைத் தாக்கிய வழக்கில் இருந்தோம்.

பக்கத்து ஊரில் உள்ள காவல் நிலையத்தில் அந்த வழக்கைப் பதிவு செய்திருந்த காவல்துறை மீண்டும் அதிகாலை நான்கு மணிக்கு கோட்டகத்துக்குள் புகுந்தது.

எந்தத் தொடர்பும் யாரிடமும் இல்லை. தொலைத் தொடர்பு இல்லை. நடப்பதை நேரலைச் செய்யவும் இயலாது. இதற்காகத்தான், நடமாடும் டவர்களை இந்தப் பக்கம் நிறுத்தாமல் வைத்திருந்தார்கள் போல.

உண்மையில் அன்று காவல்துறை ஆய்வாளரை யாரும் பார்க்கவில்லை. கலவரம் முடிந்துதான் வந்தார். அவரைத் தாக்கியதாக வழக்கு. எனக்கு அச்சமாக இருந்தது.

இளமாறன் மீது கலகம் செய்யும் நோக்கில் கூட்டத்தோடு சேர்ந்து செயல்படுதல் (147), பயங்கர ஆயுதங்களுடன் கலகம் செய்தல் (148), பொது இடங்களில் ஆபாசமான வார்த்தைகளை உபயோகித்தல் (294), பொது ஊழியரைக் கடமை செய்யவிடாமல் தடுத்துத் தாக்குதல் (332), பயங்கரமான ஆயுதங்கள் அல்லது வேறுவழிகளில் தன்னிச்சையாகக் காயங்களை ஏற்படுத்துதல் (324), முறையற்ற வகையில் ஒரு நபரை தடுப்பது (341). உச்சபட்சமாக ஒருவருக்கு மரணத்தை ஏற்படுத்த வேண்டும் என்ற நோக்கில் தெளிவுடன்

செயல்படும், கொலை முயற்சிக்கான பிரிவில் (307), என வழக்குப் பதிவு செய்திருந்தனர்.

ஒருவனை, தன் காழ்புணர்ச்சிக்கு பலியாக்க எத்தனை வழிகளில் முடியுமோ அத்தனை வழிகளிலும் வழக்குப் பதிவு செய்திருந்தனர். இளமாறனின் அண்ணன் மணிமாறன் மீதும் முனைவர் பட்டத்திற்கு படித்துக் கொண்டிருந்த ராமசாமியின் மகன்கள் விக்னேஷ் மற்றும் ராகவன் மீதும் இதே வழக்கைப் பதிந்தார்கள். அவர்கள் இருவரும் ஊரில் புயலுக்காக வந்திருந்து நேற்றுகூட நண்பர்களை வரச்சொல்லி நிவாரணம் வழங்கிக் கொண்டிருந்தவர்கள். அதாவது அதிகம் படித்திருந்தவர்கள் மீது கொலை முயற்சி வழக்கு பாய்ந்தது.

அனைத்து இரு சக்கர வாகனங்களையும் உடைத்தார்கள்.

என் முகத்தின் மீது கண்கூசும் அளவுக்கு ஒரு டார்ச் அடித்தார்கள். கண் கூசியது. எதுவும் புலனாகவில்லை. யார் நிற்கிறார்கள் எதிரே எனத் தெரியவில்லை. அடி எந்த பக்கம் இருந்து அடிக்கிறார்கள் எனத் தெரியவில்லை. கொடூரத் தாக்குதலில் நான் மூர்ச்சையானான். என் வாழ்வு முடிந்ததாகவேத் தோன்றியது.

விடிவதற்குள் முப்பத்தி ஆறு குடும்பங்களில் இருந்து கையில் அகப்பட்டவர்களை எல்லாம் தூக்கினார்கள்.

அத்தனை பேரும் தாழ்த்தபட்ட சமூக மக்கள் தான்.

நிச்சயம் இளமாறன் சிக்கிக்கொள்வான். பொதுவுடையைத் தூக்கி விட்டார்கள். அவனுக்காக அழத் தோன்றியது.

மணிமாறன், தொண்டி அருகே உறவினர் வீட்டில் இருந்தான். அவன் அலைபேசித் தடங்களைச் சோதித்த காவல்துறை அவனைத் தொண்டியில் தூக்கினார்கள். நாங்கள் சீர்காழிக்குக் கொண்டு செல்லப்பட்டோம். இத்தனை நூறு கிலோமீட்டர்கள் தாண்டி ஏன் கொண்டு வந்தார்கள்? எனத் தெரியவில்லை.

பிடிபட்ட மணிமாறனை போலீஸ் வேனுக்குள் நிர்வாணமாக்கி தாக்கி இருக்கிறார்கள். அவனின் கைவிரல்களை மடித்து உடைத்து இளமாறன் இருக்கும் இடத்தைக் கேட்டு கொடூரமாகத் தாக்கி இருக்கிறார்கள். அவனுடைய கால்களை முறித்துவிட்டார்கள். குலை உயிராக, திருத்துறைப்பூண்டி பக்கம் ஒரு காவல் நிலையத்துக்குக் கொண்டுவந்து போட்டிருக்கிறார்கள்.

இளமாறன் சாலை மார்க்கமாக சென்னைக்குக் கிளம்பிப் போயிருந்தான். போலீஸ் அவனைக் கொலைவெறியோடு தேடிக்

ஷக்தி 121

கொண்டிருந்தது. அவன், முன் ஜாமினுக்கு முயற்சி செய்யப் போவதாகச் சொல்லிப் போயிருந்தான். எனக்கு நினைவு வந்ததும் என்னை அடித்து, இன்னும் பிடிபடாதவர்களின் விவரத்தை கேட்டார்கள்.

மதுரையில் மூன்று நாட்களுக்குப் பின் சிக்கிய கோகுலை அங்கிருந்து சீர்காழி வரை அடித்திருக்கிறார்கள். அவன் ஒரு தனியார் வங்கி ஊழியன். அவன் மீது மதுரையில் ஒரு கொலை வழக்கு, சீர்காழியில் நகைக்கடை கொள்ளை வழக்கு என மொத்தம் அவன் மீது பன்னிரண்டு வழக்குகள் பாய்ந்தன.

அவனைக் கைதுசெய்ய அவனுடைய காதலைக் கொன்றார்கள். அவன் காதலித்த பெண், ஒரு காவல்துறை உதவி ஆய்வாளராக இருந்தாள். அவளை வைத்துத்தான் கோகுலைத் தூக்கினார்கள். அவள் அவனை வரச் சொல்லியதும், அவளைப் பார்க்க மதுரைக்குப் போனான். அங்கு, அவளை வைத்தே கைதுசெய்ய வைத்தது போலீஸ்.

வன்முறையின் உச்சமாக அவன் மீது குண்டர் சட்டம் போட்டார்கள். இன்னும் இரண்டு பேர் மீது குண்டர் சட்டம் போட்டிருந்தார்கள். அது யாரென தெரிந்துகொள்ள போலீஸிடம் கேட்டேன் சொல்லவில்லை.

எல்லோரையும் பதினைந்து நாள் ரிமாண்ட் செய்தார்கள். மணிமாறனின் உடல் நிலை சீர்காழிக்கு வந்ததும் மோசமானது.

சென்னைக்கு இளமாறனைப் பிடிக்க தனிப்படை ஒன்று சென்றது. திருவாரூரிலும் போய்த் தேடி இருக்கிறார்கள். அவனைச் சென்னையில் பிடிக்க முடியவில்லை.

ஊரே கூடி, அமைச்சரை சந்தித்தபோது இனி கைதுகள் நடக்காது என உறுதியளித்தார். ஆனால் சிறையில் இருப்பவர்கள் மேல் இன்னும் வழக்குகளைக் கூட்டினார்கள்.

ஊர்காரர்கள் காவல்துறை கண்காணிப்பாளரைப் பார்த்தும் சொல்லி இருக்கிறார்கள். குறைந்தபட்சம் படிக்கிற மாணவர்களை விடுவிக்குமாறு கேட்டிருக்கிறார்கள். பலனில்லை.

ஒருமாத காலத்துக்கும் மேலாக இளமாறனைப் பிடிக்க அலைந்து ஓய்ந்தது காவல் துறை.

ஒரு வாரம் கடந்துவிட்டிருந்த நிலையில் என்னைப் பார்ப்பதற்கு, செல்வி அம்மாவுடன் வந்திருந்தாள்.

அம்மாவுக்கு அழுகை. அது சிறைச்சாலை என்பதால் செல்வி அம்மாவை சமாதானப்படுத்தி பார்வையாளர் கூண்டுக்கு வெளியில் விட்டுவிட்டு வந்தாள். எனக்கும் அவளுக்குமான உரையாடலைக் கேட்க ஒரு போலீஸ்காரன் நின்றான்.

"சொல்லு பாப்பா" தயங்கியபடி நின்றாள்.

"சொல்லுடாமா" நான் தழுதழுத்தேன். எனக்குப் புரிந்தது.

"அண்ணே விடியக் காலைல ஆறு பேர் வந்தாங்க. அதுல ரெண்டு பேர் பொம்பளைங்க. ஃபிரண்டு பேசுறான்னு தெலுங்குல சிந்து போன் பேசுவாங்க. கடைசியா இன்னைக்கு போலீஸ் வந்துச்சுணா காலைல. அவங்க கிளம்பி போயிட்டாங்க"

"என்ன சொன்னாங்க?"

"எதுவும் சொல்லலண்ணா"

அறையில் இருபதாயிரம் பணத்தை விட்டுவிட்டுப் போயிருப்பதாக சொன்னாள்.

"வேற?"

"இல்லண்ணே எல்லாம் தெலுங்குல பேசிகிட்டாங்க. போறப்ப மட்டும் சொல்லிட்டு போனாங்க"

எனக்காக அவள் இருக்கிறாள் என்ற இறுமாப்பு எனக்குண்டு. ஆனால் அது என் முட்டாள்தனங்களில் ஒன்று. நான் அந்தக் கம்பிகளைப் பிடித்துக்கொண்டு அழுதேன். பலமாக முட்டிக்கொண்டேன். காவலுக்கிருந்தவன் செல்வியை விரட்டி விட்டான். அவள் வெளியில் போய்விட்டாள்.

எனக்கு வயிற்றில் இருந்து ஏதோ ஒன்று உருவிக்கொண்டு நழுவுவது போலிருந்தது. அந்த வலியை சொல்லத் தெரியவில்லை. நான் ஏன் இவ்வளவு சபிக்கப்பட்டேன்? ஏன் இவ்வளவு பழி வாங்கப்பட்டேன்? இவ்வளவுக்குப் பிறகும் நான் ஏன் இந்த வாழ்வை ஏற்றுக் கொண்டிருக்கிறேன்? எனக்கென எதுவுமில்லை எனத் தோன்றியது.

"அண்ணே"

என் பிரியமான குரல். லதாவினுடையது. அவள் சிரித்தபடி நின்றாள். என்னைப் பார்த்தால் மட்டும் அவளுக்கு வரக்கூடிய புன்னகை.

"என்னடாம்ம?"

"எப்ப வருவ வீட்டுக்கு? அங்க எல்லாரும் அழுதுகிட்டே இருக்காங்க"

"வந்துடுவன்டாமா. நீ போ, நான் வந்திர்றேன். உன்ன பாத்துக்க நான் வந்துடுவன்டாம்மா"

அவளை அனுப்பி வைத்தேன். அந்த இரவெல்லாம் அழுதேன். பொதுவுடை கூடவே இருந்தான்.

மூன்றாவது முறையாக நீதிமன்ற காவல் நீட்டிக்கப்பட்ட பின்னர் இளமாறன் செய்த ஒரு காரியம்தான் கொஞ்சம் இந்தப் பிரச்சினைகளுக்கு முடிவைக் கொண்டுவந்தது.

கேரளத்தின் கோழிக்கோடுக்கு பக்கத்தில் ஒரு கிராமத்தில் இருந்த இளமாறன் இங்கு நிகழ்ந்த கொடுமைகளை விளக்கமாகச் சொல்லி ஒரு நேரலையில் 'என் குடும்பத்தை அழித்து விட்டார்கள் நான் வாழ்ந்து பயனில்லை' என விஷத்தைக் குடிக்கும் காட்சி ஒன்று பெரும் அதிர்வலையை உண்டாக்கியது.

அதுவரையில் அவனை என்கவுண்டர் செய்வதுதான் வழியெனச் சொல்லிக் கொண்டிருந்த காவல்துறை, அவனது அந்த வாக்குமூல வீடியோவால் அமைதியாகி வழக்கை, கைது நடவடிக்கைகளை முடிவுக்குக் கொண்டுவர ஆரம்பித்தது.

அதுவரை, முன்னூறு போலீஸ்காரர்கள் ஊரில் முகாமிட்டுக் கொண்டு திரிந்த வண்ணம் இருந்தனர். பெண்கள் வெளியில் வர அச்சப்பட்டிருந்தனர். அதன் பிறகு ஊரிலிருந்து போலீஸ் வெளியேறியது.

எங்களை நீதிமன்றம் அழைத்துச் செல்வதும் நீதிபதி ரிமாண்ட் செய்வதும் தொடர்ந்தது. நான்கு முறை நீதிமன்ற காவலை நீட்டித்த பின்னர் இரண்டு மாத அலைகழிப்புகள் சித்திரவதைகளுக்கு பின்னர் குண்டர் சட்டத்தில் கைது செய்யப்பட்டவர்களைத் தவிர எங்களுக்கெல்லாம் ஜாமீன் கிடைத்தது.

உடலாலும் மனதாலும் இது மிகப்பெரிய சித்திரவதை. யாரையும் வெளியிலும் விடவில்லை. ஒரு வழக்கில் பிணை பெற்றால், இன்னொரு வழக்கு. அதில் பிணை பெற்றால் இன்னொரு வழக்கு எனத் தொடர்ந்தது. கஜா புயலுக்கு மறுநாள் ஒரு ஏடிஎம் மையத்தின் வாசலில் பணம் எடுத்துக்கொண்டு வந்தவரிடம் இருந்து பணம் பறித்ததாக ஒரு வழக்கை, மணிமாறன் மீது போட்டிருந்தார்கள்.

நீதிபதி இந்தச் சம்பவம் எங்கு நடந்தது எனக் கேட்டார். காவல்துறை தலைக்காட்டில் நடந்ததாகச் சொன்னது. ஊரே மின்சாரம் இல்லாமல் இருக்கும்போது அங்கு எப்படி பணம் எடுக்க முடியும்? எனத் திருப்பிக் கேட்டார். காவல்துறையிடம் பதிலில்லை.

இப்படி ஒவ்வொருவரும் மீள்வது பெரும் போராட்டமாக இருந்தது.

மணிமாறனுக்கு ஒருமாத காலம் மருத்துவ ஓய்வு தேவை என உள்நோயாளியாக அனுமதிக்கச் சொல்லிவிட்டார்கள். எல்லோருக்கும் உடலில் ஓர் ஊனத்தை ஏற்படுத்தி இருந்தது. எல்லோருக்குள்ளும் அச்சம் இருந்தது. பாதிபேருக்கு மேல் கைகளை உடைத்திருந்தார்கள். யாராலும் காலூன்றி நடக்க முடியவில்லை. கோகுலால் ஒரு காலை ஊன்றவே முடியாது.

படிப்பையும் பார்த்துக்கொண்டிருந்த வேலையையும் இருந்த நிம்மதியையும் மிச்ச மீதியிருந்த உடலையும் நொறுக்கிப் போட்டிருந்தார்கள். என்னைப்போல எல்லோருக்கும் கனவுகள் இருந்திருக்கும் இல்லையா?

அதை ஏன் கொன்றார்கள் எனத் தெரியவில்லை?

இளமாறன் என்ன செய்தான்? அவனுக்கு முன்ஜாமீன் கிடைத்து, அவன் மீண்டு வர எவ்வளவு போராட்டங்கள்? இன்னும் வீடுகள் என்ன ஆனது? எனத் தெரியவில்லை. எப்படி இருக்கிறார்கள்? எனத் தெரியவில்லை. அப்படியே தெருவில் விட்டுவிட்டு வந்து இரண்டு மாதங்கள் கழித்து இன்று போனால் எப்படி இருக்க போகிறதோ? எனத் தெரியவில்லை.

ஆயிரம் கேள்விகள். அவமானங்கள். வலிகள்.

கேட்டதெல்லாம் என்ன? இயற்கையாக வரும் தண்ணீரைச் சேமிக்கச் சொல்லிக் கேட்டதுதான். அதற்குத்தான் அரசின் அடிமைகள், இந்த வாழ்வை இப்படி அலைக்கழித்திருக்கிறார்கள்.

தலைக்காட்டில் வந்து இறங்கினோம்.

“எல்லாம் ஏறி மேல வா... மேல வா” நடத்துனர் கத்திக் கொண்டிருந்தார்.

“நம்ம மேல வரணும்னு ஆசப்படுற ஒரே ஜீவன், இந்தாள் மட்டும் தான்டா மாப்ள”

பொதுவுடைக்கு சந்தோஷம்.

* * *

12

கோட்டகத்தை நோக்கி நடந்தேன்.

ஏதேதோ யோசனை ஓடியது, கால்கள் முன்பு போல நடக்க முடியவில்லை, வலித்தது. உடலும் சரி, மனதும் சரி பெரும் அலைக்கழிப்புக்கு ஆளாகி இருந்தது.

நாங்கள் எதையும் கேட்கவில்லை, இழந்த வீட்டிற்கு நிவாரணம் கேட்கவில்லை. இன்னும் புனரமைக்கப்படாமல் இருக்கும் இந்தச் சாலையை ஒழுங்குபடுத்தக் கேட்டோம். நாங்களே செய்துகொண்டாலும் அரசின் மரங்களை வெட்டியதாக வழக்குப் பாயும். மின்சார வசதிகளைக் கேட்டோம், நீரும் மின்சாரமும் கூட சாதி பார்த்துத் தந்தால் என்ன செய்வது?

முறையான நிவாரணம் கேட்டதில் என்ன தவறு இருக்கிறது? கால் வயிற்று கஞ்சிக்கு அரிசியும் ரேஷனில் ஒரு புடவையும் வேட்டியும் கூட கொடுக்க வக்கற்று நின்று விட்டு எங்களைக் கைது செய்து சீர்காழிக்கும் திருச்சி மத்திய சிறைக்கும் மீண்டும் வேதாரண்யம் நீதிமன்றத்துக்கும் பல நூறு கிலோமீட்டர்கள் அலையவிட வேண்டிய அவசியம் என்ன?

ஒன்றே ஒன்றுதான். காழ்ப்புணர்ச்சி.

இந்தத் தாழ்த்தபட்ட மக்கள் வாழும் சிறு கிராமத்துக்குள் நூற்றுக்கணக்காக போலீஸைக் குவித்து, பெண்களை

வெளியில்கூட நடமாட விடாமல் வீட்டுச்சிறை போல வைத்திருந்தது எல்லாம், இந்த மனிதர்களுக்கு என்ன மாதிரியான கோர மனநிலை?

துணிக்கும் கஞ்சிக்கும் கையேந்தி நிற்பவனைத் தாக்கி அவனைக் குண்டர் சட்டத்தில் தூக்கிப் போவது ஒன்றும் அவ்வளவு பெரிய வீரச்செயல் இல்லையே. ஐந்தாயிரம் பேர் கலவரம் செய்ததாக வழக்கு. அவ்வளவு பேர் இருந்திருந்தால் அன்று வெறியாட்டம் நிகழ்த்தியிருக்க முடியுமா?

ஆதாரங்கள் என எதுவுமில்லை. ஆனாலும் இந்த மக்களின் மீது மூன்று மாதம் பிணையில் வெளியே வரமுடியாதபடி செய்யும் சாக்கடைச் சட்டங்களைக் கொண்டே, இவை எல்லா வற்றையும் உள்நோக்கத்தில் செய்துவிட்டு அலைக்கழிக்கும் அரசியல்வாதிகளையும் பாதுகாக்கும் நாடு இதுதான்.

தாக்குதல் நடத்தியவனுக்கும் நடத்தச் சொன்னவனுக்கும் எந்த தண்டனையும் இல்லை.

ஒரு வருடம் ஓடிய வேகம் தெரியவில்லை. வழக்கு இன்னும் முடிந்தபாடில்லை. கொலை முயற்சி மற்றும் காவல் ஆய்வாளரைத் தாக்கியதாகத் தொடர்ந்த வழக்கில் பதினைந்து நாட்களுக்கு ஒருமுறை நீதிமன்றத்தில் கையெழுத்து போட்டுக் கொண்டிருக்கிறோம்.

குண்டர் சட்டத்தில் சிறையில் இருந்தவர்களை ஆறு மாதங்களுக்குப் பிறகு விடுவித்தது சிறப்பு நீதிமன்றம்.

இன்னும் வீடுகளுக்கு கூரை வேய்ந்துகொள்ள சம்பாதித்த பாடில்லை. அம்மாவுக்கு மாற்றுக்கு உடுத்த இரண்டு புடவைகள் எடுத்துத் தர முடியவில்லை. யாரும் எங்கும் வேலைக்குப் போக முடியவில்லை. மேல் படிப்புக்கென போக முடியவில்லை. உடல் உபாதைகளில் இருந்து மீள முடியவில்லை.

ஒரு நாள் கில்லு வந்திருந்தான். சிந்துவின் திருமணத்துக்குப் போய் வந்திருந்ததாகச் சொன்னான். அவள் விட்டுப் போயிருந்த தொகையை என் பெயரில் அவளுடைய திருமணத்தில் அவளிடமே மொய்யாகக் கொடுத்துவிடச் சொல்லியிருந்தேன். அதைப் பார்த்தபோது அவள் எந்தச் சலனமும் இல்லாமல் வாங்கிக் கொண்டாள் என்றான்.

இரண்டு நாட்கள் எங்களோடு இருந்த கில்லு, ஆர்.ஐ தேடுவார் எனக் கிளம்பிப் போனான்.

இளமாறன் வந்தான்.

“டேய் ரெண்டு சமூகத்துக்குள்ள சண்டைன்னா, பொது சொத்த சேதம் பண்ணுறது தப்பா இல்லையா?”

“தப்பு டா மாப்ள” நான் சீரியஸாக சொன்னேன்.

“அம்பேத்கர் சிலைய உடைக்கலாமா?”

“தப்பு டா. எங்க யார்ரா உடச்சது?”

“உடச்சிட்டானுக வா தர்ணா நடத்தணும்”

“சரி டா”

நான் அவனோடு கிளம்பினேன். பத்து டூ பதினொன்னு போராட்டம். எங்களைக் கைது செய்து மொத்தமாக எல்லோரோடும் மண்டபத்தில் வைத்திருந்து மாலையில் விடுவித்தார்கள்.

“சிலைய உடச்சவங்கள அரெஸ்ட் பண்ணல? நாளைக்கும் காலைல தர்ணா பண்ணுவோம் பாத்துக்க”

போலீஸை எச்சரித்தான் பொதுவுடை.

வீட்டுக்கு வந்தோம். இருண்டு கிடந்த வாழ்வில் ஒரு சந்தோஷம். லதா அழகாக மாறியிருந்தாள்.

“அவ பெரிய மனுஷி ஆயிட்டாடா” அம்மாவின் கண்களில் சந்தோஷம்.

ஒருநாள் அவள் குணமாகிவிடுவாள் என்ற நம்பிக்கை எனக்குண்டு. அவள்தானே, அவளின் இந்தக் குழந்தையைப் பார்த்துக்கொள்ள வேண்டும் இனி.

“என் தாயீ...”

அவளை வாரிக்கொண்டேன். அவளுக்குள் ஓர் அழகான சிரிப்பிருக்கும். அதை நீண்ட காலத்துக்குப் பின்னர் கேட்டேன். இன்றும் அழுதேன். ஆனால், அவளுக்காக ஆனந்தமாக அழுதேன்.

சிகப்பு வண்ணத்தில் வானுயர இருந்தது சென்னை உயர் நீதிமன்றம். எனக்கு முன்பாக இளமாறனுக்கு இது பரிச்சயம். வழக்கறிஞருக்காகக் காத்திருந்தோம். மூன்றாம் நுழைவு கேட்டில் இருக்கும் ஆவின் பாலகத்துக்கு வரச் சொல்லி இருந்தார்.

“இப்ப என்ன பேசணும்னு முடிவு பண்ணிட்டல்ல, சரியா பேசிடணும் புரியுதா?”

இளமாறனை முறைத்தேன்.

"எப்பா சாமீ தடுப்பு அணையை கட்டிய இடம் தவறானது. மக்களிடம் கருத்து கணிப்பு கேட்கணும். மறு பரிசீலனை செய்ய வல்லுனர் குழு அமைக்கணும். அவ்ளோ தானடா?"

"அவ்வளவு தான்டா. எனக்கு முகத்துவாரத்துல அணை வேணும். அவ்வளவு தான்"

பொதுவுடை வழக்கம் போல ஆரம்பித்தான்.

"மச்சான் டீ சொல்லேன்"

சொன்னோம். வேறென்ன இருக்கிறது இந்த உலகில்? இந்த மண்ணுக்காகவும் மக்களுக்காகவும் நாங்கள் இருப்பதைப் போல இந்த அன்பும், கைகளும் அப்படியே இருக்கட்டும். அதிகாரத்துக்கும் அதிலிருக்கும் சுரண்டல்வாதிகளுக்கும் பிடிக்காத அருவெறுப்பான பக்கங்களை வரலாறுதோறும் இந்தக் கைகள் எழுதும். நாங்கள் எழுதிப் பார்ப்போம்.

காளியண்ணனின் கரங்களில் இருந்த அதே வெக்கை எங்களுக்கும் உண்டு.

* * *